AF658904

കടിഞ്ഞൂൽ

കഥകളുടെ സമാഹാരം

എഡിറ്റർ: വി. എസ് അനിൽകുമാർ

INSIGHT PUBLICA®

അക്ബർ കക്കട്ടിൽ

അംബികാസുതൻ മാങ്ങാട്

അശോകൻ ചരുവിൽ

അഷിത

അഷ്ടമൂർത്തി

ടി.പി കിഷോർ

യു.കെ കുമാരൻ

ചന്ദ്രമതി

അയ്മനം ജോൺ

എ.പി ജ്യോതിർമയി

എൻ പ്രഭാകരൻ

പി.കെ പാറക്കടവ്

തോമസ് ജോസഫ്

കെ.ആർ മല്ലിക

കെ രഘുനാഥൻ

കെ.കെ രമേഷ്

ശിഹാബുദ്ദീൻ പൊയ്ത്തുംകടവ്

വി.ആർ സുധീഷ്

ബി.എം സുഹ്റ

എം.എ റഹ്മാൻ

വി.എസ് അനിൽ കുമാർ

ഉള്ളടക്കം

മുഖവുര

വി.എസ്. അനിൽകുമാർ

പണ്ടു പണ്ട്, ഒരു ക്ലാസിലെ കുട്ടികൾ മുഴുവനും കഥയെഴുത്തുകാരോ കവിതകെട്ടുന്നവരോ ആകണമെന്ന നിർബ്ബന്ധമുള്ള ഒരു വിദ്യാഭ്യാസ സമ്പ്രദായം നിലവിൽ വരുന്നതിനും മുമ്പ് എഴുതിയ കഥകളാണ് ഇവിടെ, ഈ പുസ്കത്തിൽ, കൂട്ടിവെച്ചതെല്ലാം. എല്ലാവരുടേയും ആദ്യകഥകൾ. എന്നു വെച്ചാൽ കടിഞ്ഞൂൽക്കഥകൾ. കഥയെഴുത്താണ് സ്വന്തം വിനിമയ മാർഗ്ഗം എന്ന് ഈ കഥാകൃത്തുക്കൾ തീരുമാനിക്കുന്നത് പിന്നീടാവാം. പക്ഷേ, തുടക്കം ഇവിടെ നിന്നാണ്.

മലയാളത്തിലെ ആധുനികതയുടെ പ്രചണ്ഡകാലത്തിൽത്തന്നെയോ അതിനു തൊട്ടു പിൻപോ എഴുതിത്തുടങ്ങിയവരാണ് ഈ സമാഹാരത്തിലുള്ളവരെല്ലാം. അതുകൊണ്ടുതന്നെ ആധുനികതയുടെ അവശിഷ്ടങ്ങൾ ചിലരുടെയെങ്കിലും കഥകളിൽ തുടരുന്നുണ്ട്. പക്ഷേ വളരെ വേഗം തന്നെ ഇവർ ആധുനികതയിൽ നിന്ന് വഴി പിരിയുന്നു.

എഴുത്തിൽ വളരെയധികം വളരുകയും ശക്തി നേടുകയും ചെയ്തവരുടെ ആദ്യകഥകൾ സമാഹരിച്ചത് എന്തിനാണ് എന്നൊരു ചോദ്യം വരാം. ഒന്നാമത് അതിന് ചരിത്രപരമായ ഒരു സ്ഥാനം ഉണ്ട്. എങ്ങനെയാണ്, എവിടെ നിന്നാണ് എന്റെയീ സഹജാതരൊക്കെ തുടങ്ങിയത് എന്നറിയാനുള്ള താല്പര്യവുമുണ്ട്. അതൊക്കെ ചേർന്നപ്പോൾ 'കടിഞ്ഞൂൽ' എന്ന പുസ്തകത്തിന്റെ രൂപരേഖയായി.

എന്റെ ആദ്യകഥ പ്രസിദ്ധീകരിച്ച ആ മാസികയുടെ ലക്കം ഇന്നും പോറലൊന്നും ഏൽക്കാതെ കൈവശമുണ്ട്. പി.എ. വാര്യർ എന്ന എഴുത്തുകാരൻ നടത്തിയ 'പൂമ്പാറ്റ' എന്ന മികച്ച ബാലമാസികയാണത്. മാസിക നടത്തി അദ്ദേഹം കടക്കാരനായി. 'പൂമ്പാറ്റ' മറ്റൊരു കൂട്ടർക്ക്

വിറ്റു. പിന്നീട് ഒരു വർണ്ണക്കോമാളിയായിട്ടാണ് ആ ബാലമാസിക പുനരവതരിപ്പിച്ചത്. പലർക്കും 'പൂമ്പാറ്റ' യുടെ രണ്ടാം ജന്മമേ അറിയൂ. പി.എ വാര്യർ നടത്തിയ 'പൂമ്പാറ്റ'യ്ക്ക് ഒരു സമാന്തര പ്രസിദ്ധീകരണത്തിന്റെ വീറും വാശിയും ഉണ്ടായിരുന്നു. അന്വേഷിച്ചു വന്നപ്പോൾ, നിഗ്രഹാനുഗ്രഹശക്തിയുള്ള വമ്പൻ അനുകാലികങ്ങളിലല്ല, ഇത്തരം ചെറിയ പ്രസിദ്ധീകരണങ്ങളിലാണ് കൂടുതൽ പേരും തുടങ്ങിയത് എന്നു കാണാൻ കഴിഞ്ഞു.

കഥകൾ ശേഖരിക്കാൻ തുടങ്ങിയപ്പോഴാണ് ഒരു കാര്യം വേറെ മനസിലായത്. ഈ എഴുത്തുകാരിൽ പലർക്കും അവരുടെ ആദ്യകഥ എവിടെയാണ് ഉള്ളത് എന്നറിയില്ല. പലരും നല്ല മനസ്സോടെ അത് തേടിയെടുത്തു തന്നു. ചിലർക്കെങ്കിലും അത് തേടിപ്പിടിക്കാനായില്ല. അങ്ങനെയുള്ളവർ ഈ സമാഹാരത്തിൽ നിന്ന് ഒഴിഞ്ഞു നിൽക്കാൻ താൽപര്യപ്പെട്ടു. ഒന്നു രണ്ടു പേർക്ക് അവരുടെ ആദ്യ കഥയിൽ ഒരഭിനിവേശവും കണ്ടില്ല. അവർ അതിനെ കുമാര ചാപല്യം എന്നും വിളിച്ചു. എന്നിട്ട് ആദ്യകഥയായി അവർ തീരുമാനിച്ച കഥ അയച്ചു തന്നു.

ആദ്യ കഥ എനിക്കു തരണം എന്നു പറഞ്ഞ് ഓരോരുത്തരെയായി വിളിക്കുമ്പോഴുണ്ടായ പ്രതികരണം ഏറെ സന്തോഷമുണ്ടാക്കി. ഇന്നലെ നിർത്തിയേടുത്തു നിന്ന് തുടങ്ങുന്നതു പോലെയാണ് എല്ലാവരും സംസാരിച്ചത്. കഥയിലൂടെയല്ലാതെ ഒരിക്കൽപ്പോലും നേരിട്ട് കണ്ടിട്ടില്ലാത്തവരും ഈ കൂട്ടത്തിലുണ്ട്. എന്റെ 'പതുങ്ങിസ്വഭാവ'മാണ് അതിനു കാരണം. ഏതായാലും സൗഹൃദത്തിന്റെ ഒരു ചരട് ഞങ്ങളിലൂടെ കടന്നു പോകുന്നുണ്ട് എന്നെനിക്കു മനസ്സിലായി.

'കടിഞ്ഞൂൽ' എന്ന ഈ സമാഹാരത്തിലുള്ള ഇരുപത്തിയൊന്നു പേരിൽ പൂർണമാകുന്ന ഒരു തലമുറയല്ല ഞങ്ങളുടേത്. ചുരുങ്ങിയത് ഒരു പത്തു പേരെങ്കിലും ഇനിയുമുണ്ട്. ഏതു കാരണം കൊണ്ടായാലും അവരില്ലാതെ പോയത് ഈ സമാഹാരത്തിന് ഭൂഷണമല്ല എന്നറിയാം. അടുത്ത പതിപ്പിൽ ഈ അപാകം പരിഹരിക്കണമെന്നാണ് ആഗ്രഹം.

ഈ പുസ്തകത്തിൽ ഒന്നിനു പിറകെ ഒന്നായി കഥകൾ ചേർത്തിരിക്കുന്നത് എഴുത്തുകാരുടെ പേരിന്റെ അക്ഷരമാലാക്രമത്തിലാണ്. മറ്റൊരു മാനദണ്ഡവും അതിനായി ഉപയോഗിച്ചിട്ടില്ല. കഥയെഴുത്തിൽ ഒന്നാമനാര് അടുത്തയാളാര് എന്നൊക്കെയുള്ള കുതന്ത്രങ്ങളിൽ അഭിരമിക്കാൻ ഞാൻ ആഗ്രഹിക്കുന്നില്ല. അതൊക്കെ അതിനുമാത്രം വിവരക്കേടുള്ളവർ ചെയ്തു രസിക്കട്ടെ.

ഇൻസൈറ്റ് പബ്ലിക്കയും വി.പി. സുമേഷും സസീമയും മകളുമൊക്കെ ഞങ്ങളുടെ വീട്ടിൽത്തന്നെയുള്ളവരെപ്പോലെ പരിചിതരാണ്. സുമേഷിന് പുസ്തകപ്രസിദ്ധീകരണം ജീവിതവും ആവിഷ്ക്കാരവുമാണ്. ഷെൽവിയും മൾബെറിയും തുടങ്ങിവെച്ച ഒരു സമാന്തര ഊർജ്ജത്തിന്റെ തുടർച്ചയുമുണ്ടതിൽ.

ഇനി വായനക്കാരാണ് പറയേണ്ടത്.

പൊതിച്ചോറ്

അക്ബർ കക്കട്ടിൽ

എരിയുന്ന ഉച്ച വെയിലിൽ വീട്ടിലേക്കു നടന്നു. റോഡിന്റെ ഇരുവശവുമുള്ള ഹോട്ടലുകളിൽ നിന്ന് വറവിന്റെ മണം മൂക്കിലേക്കടിച്ചു കയറി.

രജിസ്ട്രാപ്പീസിനടുത്ത് ഉസ്മാൻ നിൽക്കുന്നതു കണ്ടു.

'എടാ നിനക്ക് ഒരു പലഹാരപ്പൊതി വന്നിട്ടുണ്ട്.' അവൻ പറഞ്ഞു.

'പലഹാരപ്പൊതിയൊ!' ഞാൻ അത്ഭുതപ്പെട്ടു.

'അതെ; കുട്ടേട്ടൻ നിനക്കൊരു പലഹാരപ്പൊതി അയച്ചിരിക്കുന്നു.'

'കളിയാക്കാതെ കാര്യം പറയൂ!'

'എടാ തന്റെ കത്ത് ഇന്നാഴ്ചപ്പതിപ്പിൽ പ്രസിദ്ധീകരിച്ചിരിക്കുന്നു.'

ഹൃദയം ദ്രുതതരം മിടിച്ചു. ആഴ്ചപ്പതിപ്പ് കാണാനുള്ള വെമ്പൽ!

ഞാൻ ബാലന്റെ കടയിലേക്കോടി. ആഴ്ചപ്പതിപ്പ് മേശമേൽ കിടന്ന് സുഖനിദ്ര കൊള്ളുന്നു. ഞാനത് കൈയിലെടുത്ത് വേഗം വേഗം മറിച്ചു നോക്കി. ശരിയാണ്, എനിക്കു സംസ്കൃതം പഠിക്കാൻ സ്കോളർഷിപ്പ് കിട്ടിയതിന് കുട്ടേട്ടൻ പലഹാരപൊതി സമ്മാനിച്ചിരിക്കുന്നു.

ഹൃദയത്തിൽ സന്തോഷം തിരയടിച്ചു. വേഗം വീട്ടിലേയ്ക്കു നടന്നു.

ഗേറ്റു തുറന്ന് അകത്തു കടന്നപ്പോൾ അന്തിച്ചു നിന്നുപോയി. ബാപ്പ രോഷാകുലനായി നോക്കി നിൽക്കുന്നു. കാര്യം മനസ്സിലാകാതെ ഭയന്നു നിൽക്കുമ്പോൾ ബാപ്പ അലറി:

'എവിടായിരുന്നൂടാ ഇത്രനേരം?'

നാവനക്കാൻ കഴിയുന്നില്ല, ഹൃദയമിടിപ്പ് വർദ്ധിച്ചു!

'എവിടായിരുന്നെന്ന്?'

'പാർട്ടി ഓഫീസിൽ...'

'ഊം? പാർട്ടി ആപ്പീസ് നെന്റെ തറവാടാ?''

തുടർന്ന് ഒരു അരമണിക്കൂർ ശകാരമാണ്?'ഇക്കൊല്ലം പൈസ കിട്ടുന്ന് നിയ്യ് ബിജീരിക്ക്ണ്ണ്ടാ.'

സ്ക്കോളർഷിപ്പിനെക്കുറിച്ചാണ് ബാപ്പ സംസാരിക്കുന്നത്, കിട്ടുമെന്ന് പ്രതിക്ഷയുണ്ട്. പക്ഷേ അതു പറഞ്ഞാൻ ബാപ്പ വിശ്വസിക്കില്ല.

'നെന്നോടാ ചോദിയ്ക്കണത്.'

'കിട്ടും.' സ്വരം താഴ്ത്തി പറഞ്ഞു.

'കിട്ടും. രാഷ്ട്രീയോം കൊണ്ട് നടന്നാല് കിട്ടും. ഇല്യേടാ?'

കുറെയെല്ലാം ഞാൻ രാഷ്ട്രീയത്തിൽ പ്രവർത്തിക്കുന്നുണ്ടെന്നത് ശരിയാണ്.

'എട്ട്ന്ന് അരക്കൊല്ലപരീക്ഷേല് കണക്കിന്ന് എത്ര മാർക്കാ കിട്ട്യേ?'

'എഴുപത്തി മൂന്ന്.'

'ഒമ്പത്ന്നോ?'

'......' ഭൂമി പിളരുകയാണോ? മാനം തകർന്നു വീഴുകയാണോ? കൊടുങ്കാറ്റ് അടിക്കുകയാണോ?

'പറയടാ'

'ഇരുപത്തിമൂന്ന്'

'നെനക്കാ പൈസ അല്ലേ?'

വാക്കുകൾ പുറത്തേക്കു വരുന്നില്ല, കൈകാലുകൾ തളരുന്നു.

'എടാ മനുഷ്യനായാലേ കൊറേശ്ശെ ബകതിരിവും തന്റേടോം ഒക്കെ വേണം. നെന്നോടെത്ര തവണ പറഞ്ഞിരിക്ക്ണ് പാർട്ടി ആപ്പീസില് പോവരത് പോവരത്ന്ന്.' ദ്വേഷ്യവും സങ്കടവും ആ വാക്കുകളിലൂടെ പുറത്തു ചാടി.

തല താഴ്ത്തിപ്പിടിച്ചു നിൽക്കുകയായിരുന്നു. ബാപ്പ! എന്നെ തല്ലൂ ശരീരത്തിൽ രക്തം പൊടിയുന്നതു വരെ തല്ലൂ എന്ന് ആ കാലുകളിൽ കെട്ടിപ്പിടിച്ച് പറയണമെന്നുണ്ടായിരുന്നു.

ബാപ്പ മുറിയിലേക്കു കയറിപ്പോയി.

ഉമ്മ ചോറുണ്ണാൻ വന്നു വിളിച്ചപ്പോൾ വേണ്ടെന്നു പറഞ്ഞു.

പാതിരയായിട്ടും ഉറക്കം വന്നില്ല.

പിറ്റേന്ന് രാവിലെ സ്ക്കൂളിലെത്തിയപ്പോൾ ക്ലാസ്സിൽ ആകെ ബഹളമായിരുന്നു. കുമാരൻ എന്തൊക്കെയോ പറയുന്നുണ്ട്. കാര്യമെന്തെന്ന് രാജനോട് ചോദിച്ചു. അവൻ പറഞ്ഞു: 'കുമാരൻ ലീഡറായി മത്സരിക്കുന്നുണ്ടത്രെ! സംഘടനയുടെ പേരിൽ.'

കൂടുതൽ ഒന്നും അന്വേഷിച്ചില്ല. സ്ക്കൂൾ ലൈബ്രറിയിലേക്കു നടന്നു.

'അഭിനന്ദനമുണ്ട് അക്ബർ' ഞാൻ തിരിഞ്ഞുനോക്കി. മാരാർ മാസ്റ്ററാണ്.

'എന്താ സർ?'

'ഈ വർഷവും അക്ബർക്ക് സ്ക്കോളർഷിപ്പുണ്ട്'

എന്റെ ആത്മാവിൽ ആഹ്ളാദം തിരയടിച്ചു.

നാലാമത്തെ പീര്യഡിൽ സാമൂഹ്യപാഠം എടുക്കുമ്പോൾ കുമാരൻ മാസ്റ്റർ പറഞ്ഞു: 'നന്നായി പഠിച്ച് റേങ്ക് വാങ്ങണം. എന്നാൽ പൊതിച്ചോറ് സമ്മാനം കിട്ടും കേട്ടോ അക്ബർ?'

'പൊതിച്ചോറല്ല സാർ, പലഹാരപ്പൊതിയൊ!' വിജയൻ തിരുത്തി.

'അത് ഇപ്പോൾ കിട്ടിയത്. ഇനി പൊതിച്ചോറ് വാങ്ങണം.'

കുമാരൻ മാസ്റ്ററുടെ വാക്കുകൾ കേട്ടപ്പോൾ കോരിത്തരിച്ചുപോയി. ഒരു സാഹിത്യകാരൻ കൂടിയായ കുമാരൻമാസ്റ്റർ എനിയ്ക്കൊരു ജ്യേഷ്ഠനാണ്.

വെയിൽ നാളങ്ങൾ ഓടി മറഞ്ഞുകൊണ്ടിരുന്നു. നിഴലുകൾ ഭൂമിയിലലിഞ്ഞു ചേരുന്നു.

ഉച്ചബെല്ലടിച്ചപ്പോൾ വീട്ടിലേക്കു നടന്നു. വിശപ്പിന്റെ ശക്തി ഇരട്ടിക്കുകയായിരുന്നു. ഇടവഴിയിലെത്തിയപ്പോൾ കാറ്റുവീശിത്തുടങ്ങി.

സ്ക്കോളർഷിപ്പ് കിട്ടിയവിവരം അറിഞ്ഞാലെങ്കിലും ബാപ്പയുടെ അരിശം തീരുമോ? ഉള്ളിൽ.... എന്തോ..... എന്തോ....... ഒരു അസ്വസ്ഥത.

വിറയലോടെ വീട്ടിലേക്കു കയറി. ഹാവു! വരാന്തയിലാരുമില്ല. പരുങ്ങിയ കാൽവെപ്പോടെ മുറിയിൽ കയറി കമിഴ്ന്നു കിടന്നു. പുറത്ത് ഒരു തണുത്ത കരസ്പർശനം.

'അക്ബറെ...! മോനേ!.... അക്ബറെ......!'

'മാതൃഭൂമീല് വന്ന് മോന്റെ കത്ത് പസ്സായി. സലാമാ എനിക്കത് വായിച്ചു കേൾപ്പിച്ചത്.'

എത്ര നിയന്ത്രിച്ചിട്ടും നിന്നില്ല. പൊട്ടിപ്പൊട്ടിക്കരഞ്ഞു.

'അയ്യേ! കുഞ്ഞുങ്ങളെപ്പോലെ കരയാ?'

ബാപ്പ എഴുന്നേൽപിച്ചു.

'പ്രൈസൊക്കെ ഇനിയും നമുക്ക് വാങ്ങാം.' ബാപ്പ എന്നെ സമാധാനിപ്പിക്കുകയായിരുന്നു.

'എനിക്കിത്തവണേം സ്ക്കോളർഷിപ്പുണ്ട് ബാപ്പ' ഹൃദയത്തിൽ അടക്കി നിർത്തിയിരുന്നത് പുറത്തേക്കൊഴുകി.

'ഉണ്ടോ?' ആ കണ്ണുകൾ ഈറനായി.

'മാഷ് പറഞ്ഞു.'

'പൈസ കിട്ട്യ വിവരം കുട്ട്യേട്ടനേം അറിയിക്കണം.' ബാപ്പ എന്റെ തോളത്തു തട്ടിക്കൊണ്ട് തുടർന്നു.

ജീവിതപ്രശ്നങ്ങൾ

അംബികാസുതൻ മാങ്ങാട്

ഇടുങ്ങിയ പാതയ്ക്കു മുകളിലായി ഉള്ളിലോട്ട് തള്ളി നിൽക്കുന്നു ഒരു ചെറിയ പുൽക്കൂടിൽ. തലേദിവസം മഴ പെയ്ത് വീട് മുഴുവൻ ചോർന്നൊലിച്ചു.

നരേന്ദ്രന്റെ അച്ഛനായ മാരാർക്ക് എൺപതു വയസ്സ് പ്രായമുണ്ട്. ഇപ്പോൾ അയാൾ കട്ടിലിൽ കിടപ്പാണ്, ചുക്കിച്ചുളിഞ്ഞ തൊലി, എല്ലുകളെല്ലാം ഉന്തി വികൃതമായ ശരീരം. ഇതു കണ്ട നരേന്ദ്രൻ തുരതുരാ കരഞ്ഞു, അസഹ്യമായ ദുഃഖത്തിൽ അവൻ തളർന്ന് നിലത്തു വീണു.

മാരാര് തന്റെ ആരോഗ്യമുള്ള സമയങ്ങൾ ചാണകം വിറ്റും, കളിവീണ വിറ്റും ആണ് കഴിഞ്ഞിരുന്നത്. പ്രയമായതോടുകൂടി അദ്ദേഹത്തിന് തന്റെ ജോലി തുടരാൻ കഴിഞ്ഞില്ല, ജീവിതത്തിൽ പല ക്ലേശങ്ങളും സഹിച്ച് ഇന്ന് അയാൾ രോഗബാധിതനായി അനങ്ങാൻ വയ്യാതെ കിടപ്പിലാണ്. അച്ഛന്റെ ദയനീയ സ്ഥിതി കണ്ട് നരേന്ദ്രൻ ആശുപത്രിയിലേക്ക് ഓടി. വഴിയിൽവെച്ച് കുറേ പട്ടാളക്കാർ അവന് എതിരെ വരുന്നതു കണ്ടു. അടുത്തെത്തിയപ്പോൾ അതിൽ ഒരാൾ നരേന്ദ്രനോടു ചോദിച്ചു: 'നിനക്ക് പട്ടാളത്തിൽ ചേരാൻ ഇഷ്ടമാണോ?'

'ഓഹോ ഇഷ്ടമുണ്ട്.'

'എന്നാൽ വാ'. പട്ടാളക്കാർ.

നരേന്ദ്രന് പട്ടാളത്തിൽ ജോലികിട്ടിയിട്ട് ആറു മാസം കഴിഞ്ഞു.

ഒരു ദിവസം ഒരു പട്ടാളക്കാരൻ നരേന്ദ്രനോട് ചോദിച്ചു: 'നിനക്ക് എങ്ങനെയാണ് ആ ഭാഗ്യം കിട്ടിയത്.' അവൻ നടന്ന കഥകളെല്ലാം അയാളെ പറഞ്ഞു മനസ്സിലാക്കി. എന്തിനാണ് വീട്ടിൽനിന്നും പുറ

പ്പെട്ടത് എന്ന ചിന്തപോലും മറന്ന് ഞാൻ പട്ടാളത്തിൽ ചേരാൻ സമ്മതിച്ചു. അങ്ങനെയാണ് ഇവിടെ എത്തിയത്. എന്റെ ദൈവമേ?

അവൻ വീട്ടിലേക്ക് പോരുമ്പോൾ പല വിഷമങ്ങളും അനുഭവപ്പെട്ടു. വീട്ടിലെത്തിയപ്പോൾ വാതിൽ അടച്ചിരുന്നു. അപ്പോൾ തന്റെ കൂട്ടുകാരെ വരുത്തി. ഒരാൾ ശക്തിയോടെ വാതിൽ ചവിട്ടിപ്പൊളിച്ചു. അകത്തു കടന്നപ്പോൾ അവരെല്ലാം ഭയപ്പെട്ടുപോയി.നിറയെ ഭൂതങ്ങൾ. മാരാരുടെ മുറിനോക്കി എല്ലാവരും കൂകി വിളിച്ചുപോയി. രക്ഷിക്കണേ രക്ഷിക്കണേ...

മിണ്ടാത്ത മേഘങ്ങൾ

അശോകൻ ചരുവിൽ

കിഴക്ക്, മലകളുടെ പരുത്ത മുനപ്പുകളിൽ വെളുത്തമേഘങ്ങൾ കവിളമർത്തിയുറങ്ങി. നിമിഷങ്ങളും ഉറങ്ങുകയായിരുന്നു. ഉണർന്നാൽ വിതുമ്പും, അല്ലെങ്കിൽ ചിരിക്കും, ഊമപ്പെൺകിടാവിനെപ്പോലെ.

പൊട്ടിയടർന്ന തളത്തിൽ ചാണകത്തിന്റെ കറുപ്പ് മങ്ങാതെ നിന്നു. ചെണ്ടുമല്ലികളുടെ നിഴൽ മെലിഞ്ഞു ചേതനയറ്റ് കിഴക്കോട്ട് നിവർന്നുകിടന്നു.

നിശ്ശബ്ദത.

ബാക്കിവന്ന ചാണകം തെങ്ങിൽതടത്തിലെറിഞ്ഞ്, അമ്മ കൈകഴുകി വന്നു. ചവിട്ടു കല്ലുകളിൽ കാലുരസി അകത്തേക്ക് നടന്നു കയറി.

തെക്കേ മുറിയിൽ പുതിയ പെൺകുട്ടി ജനലഴികളിലൂടെ പുറത്തേയക്ക് നോക്കിയിരുന്നു. നാഥേട്ടന്റെ ബംഗാളികൂട്ടുകാരി! ഉണങ്ങിയൊടിഞ്ഞു, കാറ്റിലിളകുന്ന പപ്പായയിലയിൽ കണ്ണുംനട്ട് നിർന്നിമേഷയാവുന്നത് എന്തിനോ ആവോ?

സ്മിത, അവൾ പടിഞ്ഞാറൻ ബംഗാളിലെ വിശ്രുത നദിയുടെ പതന തീരങ്ങളിൽ. ആഢ്യത്വം പുകപുരട്ടിയ മച്ചകങ്ങളിൽ, നിലവിളക്ക് നാളങ്ങൾകണക്കിന് സ്വപ്നങ്ങൾ നെയ്തിരിക്കണം, ഇപ്പോൾ അവൾക്ക് മൂകഭാവം; നിറമില്ലാത്ത മന്ദസ്മിതം.

കുറ്റിയടിക്കപ്പെടാൻ ഒരുക്കമില്ലാത്ത നാഥേട്ടൻ നാടുകൾ ചുറ്റിത്തിരിഞ്ഞ് പിന്നെയും തിരിച്ചുവന്നു. ഇപ്പോൾ സന്യാസിയാണത്രെ. കോടികളുടെ അധിപനായ മഹായോഗീശ്വരന്റെ അപ്രധാനനല്ലാത്ത ശിഷ്യൻ ഇന്നലെ വന്നപ്പോൾ പതിവുപോലെ അമ്മ അമ്പരന്നു. ദൈവങ്ങളുടെ

ആഗമനം അപ്രതീക്ഷിതമായിരുന്നു.

ഇവൾ - സ്മിത; നാഥേട്ടന്റെ ശിഷ്യ- സന്യാസിനിയാണ്, കാവി സാരിയും, അലക്ഷ്യഭാവേന പിന്നിലേക്ക് ചിതറിയിട്ട മുടിയും, വൃത്തത്തിൽ വിടർന്ന കറുത്ത കണ്ണുകളുമായിരിക്കും, ഇവളുടെ സൗന്ദര്യം ഇത്ര തീക്ഷ്ണമാക്കിയിരിക്കുക.

വിനയൻ തുടങ്ങിയിരിക്കുന്നു; കടങ്കഥ പോലെ നൂറുനൂറുചോദ്യങ്ങൾ. ശരം കണക്കെ മൂർച്ചചെന്ന ചോദ്യങ്ങൾക്കുമുന്നിൽ സന്യാസിനിക്കുട്ടി കുഴങ്ങി, പാവം ഇന്നലെ കരച്ചിലിന്റെ വക്കത്തെത്തി.

വിനയൻ നാട്ടിലെ കമ്യൂണിസ്റ്റുകാരായ ചെറുപ്പക്കാരുടെ നേതാവും ബുദ്ധിയുമാണ്.

''അത്ഭുതമുണ്ട്, നിങ്ങൾക്കെങ്ങിനെ ഈ മുഖം മൂടിയണിയാൻ കഴിയുന്നു. ബംഗാളിന്റെ തുടിക്കുന്ന മണ്ണിൽ നിങ്ങളോടിക്കളിച്ചില്ലേ. കുതിർന്ന ചണവാരി നടന്നു പോകുന്നവരുടെ സിരകളിൽ തീപ്പൊരിയാണെന്നും നിങ്ങളറിഞ്ഞില്ലെന്നുണ്ടോ?'' അവൻ തിളച്ചുയരുകയാണെന്നു തോന്നുന്നു.

അവന്റെ ഇംഗ്ലീഷ് സ്ഫുടമായിരുന്നു. ഇപ്പോൾ വലിയ വായനയുണ്ടെന്നും തോന്നുന്നു. വാദമുഖങ്ങളിലെല്ലാം, വിജയത്തിന്റെ തെളിഞ്ഞ ചിരിയുണ്ട്. എല്ലാവരേയും തോൽപിക്കണമെന്ന വാശിയാണ്.

അലമാരയിലിരുന്നുറങ്ങുന്ന പാഠപുസ്തകങ്ങളിലെ ധനതത്വശാത്രത്തിനു അടിസ്ഥാനമില്ലെന്നാണ് സഖാവിന്റെ വാദം. ആവശ്യം വിലയുടെ അടിസ്ഥാനമാണെങ്കിൽ ജീവവായുവിന്റെ വിലയെത്ര? കുഴങ്ങുകയെ നിവൃത്തിയുള്ളൂ.

പുതിയൊരുണർവിന്റെ തെളിമയോടെ ഗീതാവ്യാഖ്യാനങ്ങളും ചിന്മയാനന്ദവാദങ്ങളുമുദ്ധരിച്ചു പെൺകുട്ടി വിനയനെ ഖണ്ഡിക്കാൻ ശ്രമിച്ചു.

അവനെതിർത്തു.'നിങ്ങളറിഞ്ഞോ ഈ നാഥേട്ടൻ രണ്ടു കൊല്ലം മുൻപുവരെ വലിയ തീവ്രവാദിയായിരുന്നു. നിങ്ങളുടെ മിഡ്നാപ്പുരിൽ വരുന്നതിനുമുൻപ് ബോംബെയിലെ ഹിപ്പിക്യാമ്പിലായിരുന്നു. ഇതിന്റെയൊക്കെ സാരമെന്താണ്? ഗീതയിൽനിന്നും ഉപനിഷൽ സൂക്തങ്ങളിൽനിന്നും എനിക്കൊന്നു പറഞ്ഞുതരൂ.'

അന്വേഷണമാണ് ജീവിതത്തിന്റെ അർത്ഥം എന്ന് നാഥേട്ടൻ ഈ വാദമുഖങ്ങൾക്ക് നേരെ മറുപടിപറഞ്ഞേക്കാം. ഒമർഖയ്യാമിന്റെ ജിവിതദർശനത്തോട് കടപ്പാടെഴുതി ചേർക്കേണ്ടുന്ന നാഥേട്ടൻ ബൊളീവിയൻ കാടുകളുടെ ഭൂമിശാസ്ത്രം ഉറക്കമൊഴിച്ചു പഠിച്ച് തിരുനെല്ലിക്കാടുകളുടെ ഭായാനകതയിലൂടെ കുതിരയോടുന്നതു സ്വപ്നം കണ്ടു.

നാഥേട്ടന്റെ ഡയറിക്കുറിപ്പുകളിൽ, അരുന്ധതിയേടത്തിയെക്കുറിച്ചുള്ള സ്മരണകൾ, പക്വതവന്ന അക്ഷരങ്ങളിൽ മരവിച്ചു കിടപ്പുണ്ട്. കൗമാരപ്രേമത്തിന്റെ നിറം പിടിച്ചു നിൽക്കുന്ന സ്മൃതികൾ കണ്ണുമിഴിച്ചു കിടക്കുന്ന കുറിപ്പുകൾ, മുറിയുടെ മൂലകളിൽ പൊടിയേറ്റു കിടന്നുറങ്ങി. നാഥേട്ടൻ തിരിഞ്ഞു നോക്കാൻ മടിച്ചു.

അവരുടെ സ്നേഹം വീട്ടുകാർക്കിഷ്ടമായിരുന്നുവെന്നുവേണം പറയാൻ. കത്തുന്ന നോട്ടവും, കനം തൂങ്ങുന്ന മൂകഭാവവും അരുന്ധതി

യേടത്തിക്കിഷ്ടമായിരുന്നു. നാട്ടിലുള്ളപ്പോൾ ഏട്ടൻ പകലെല്ലാം അരുന്ധതിയേടത്തിയുടെ വീട്ടിലായിരിക്കും ഇടനാഴികളിലെ ചപലതകലർന്ന പ്രേമരംഗങ്ങൾക്കുനേരെ എത്രയോ തവണ മുഖം തിരിക്കേണ്ടിവന്നിരിക്കുന്നു.

ഒരു നീണ്ട യാത്രക്കുശേഷം നാഥേട്ടൻ വന്നെന്നറിഞ്ഞ് അരുന്ധതിയേടത്തി കിതച്ചു കൊണ്ടെത്തി. നാഥേട്ടൻ ചിരിച്ചു: 'അരുന്ധതിയോ! കല്ല്യാണമൊന്നുമായില്ലെ കുട്ടി നിന്റെ?'

ഗൗരവം നിറഞ്ഞ ചോദ്യം. അമ്മപോലും അമ്പരന്നു. ആരെന്തു പറയാൻ. വാതിൽപ്പാളിയോടു മുഖം ചേർത്തു നിന്ന അരുന്ധതിയേട്ടത്തിയുടെ മാറിടം വർദ്ധിത വേഗതയിലുയർന്നു; താഴ്ന്നു.

പിന്നെ അരുന്ധതിയേടത്തി ഒരിക്കലേ വന്നുള്ളു. കാലങ്ങളുടെ ഭാരം വിങ്ങിനിന്ന നിമിഷങ്ങളിൽ ഏങ്ങിവലിച്ചു പറഞ്ഞു: 'നാളെന്റെ കല്ല്യാണാണ് കുട്ടി. എന്റേന്നു പറായാൻല്യ, ശരീരത്തിന്റെ.'

പിറ്റേന്ന്, തോട്ടുവക്കിലൂടെ, നിരത്തിൽ നിൽക്കുന്ന കാറിലേക്ക് ഉയർത്താൻവയ്യാത്തവിധം, തലയിൽ പൂവും ചുമന്ന് അരുന്ധതിയേടത്തി നടന്നുപോയി.

കസേരയിൽ തപോനിദ്രയിലെന്നപോലെ കണ്ണടച്ചിരുന്ന് വിനയന്റെ വാക്കുകൾക്കു നേരെ ഇപ്പോൾ സ്മിത നിസ്സംഗത പ്രകടിപ്പിച്ചു.

'– ഇവന്റെ ആക്രമണത്തിന് ഇതുതന്നെ പറ്റിയ ആയുധം; സുന്ദരമായ മൗനം.'

സ്മിത ചിരിച്ചു.

പിന്നെ അമ്മ വിശേഷമായുണ്ടാക്കിയ പലഹാരത്തോടൊപ്പം ഞങ്ങൾ രജനിയുടെ കവിത വായിക്കുകയായിരുന്നു. അവൾക്കിപ്പോൾ എഴുത്തിലാണെന്നു തോന്നുന്നു, കമ്പം. പരിഹാസം മുറ്റി നിൽക്കുന്ന ശൈലി.

'കൂട്ടരെ, ഞാൻ തളർന്നിരിക്കുന്നു. നിങ്ങളെല്ലാം പടിഞ്ഞാറു ചുവക്കുമ്പോൾ പണിനിർത്തി മടങ്ങാറുണ്ടല്ലെ? ഞാനെന്നും ഈ നിൽപുതന്നെയല്ലെ, തൻമൂലം കിതച്ചിരിക്കുന്നു. തളർന്നിരിക്കുന്നു.

ക്ഷമിക്കണേ, നിങ്ങൾ തന്നെ ശരി, നിങ്ങൾ കിളച്ചിരുന്ന മലകളുടെ കൂർത്ത മുനപ്പുകൾ ഇപ്പോൾ ഇല്ലാതായിരിക്കുന്നു. ഈ പടുകൂറ്റൻ മല ഞാനൊറ്റയക്ക് തള്ളി എന്റെ ചോരക്കുഴലുകളെല്ലാം പൊട്ടി. തളർന്നു ഞാനവശനായിരുന്നു. അവസാനം ചതഞ്ഞുവെന്നു ഞാൻ നിനച്ച, എന്റെ കൈപ്പത്തിക്കിടയിലെ കറുകപ്പുല്ലുപോലും പിന്നത്തെ മഴക്കു പൊടിച്ചു തളിർത്തിരിക്കുന്നു. കൂട്ടരെ സഹായിക്കണേ.'

സ്മിതയുടെ മുഖം പുഞ്ചിരിച്ചു. രജനിയുടെ തോളിൽ തട്ടി അഭിനന്ദിച്ചു: 'എഴുതൂ കുട്ടി, ഇനിയും.'

ഇരുട്ടു പരന്നു; വൃദ്ധന്റെ വിട്ടുമാറാത്ത കീറപ്പുതപ്പുപോലെ മഞ്ഞും. നാഥേട്ടന്റെയും,നാടൻ കൂട്ടുകാരുടേയും ആഗമനമറിയിച്ചുകൊണ്ട് റോഡിൽ നിന്ന് ആരവമുയർന്നു.

നീറിനീറിപ്പടർന്ന് ഇടക്കിടെ തുരുത്തുകളവശേഷിപ്പിച്ചു നീങ്ങിയ നിശ്ശബ്ദതക്ക് വിരാമം സംഭവിച്ചു. ബഹളം പോലെ നാഥേട്ടനും കൂട്ടു

കാരും മണിക്കൂറുകൾ സംസാരിച്ചു തീർത്തു. വിനയൻ പുറത്തു പോയിരിക്കുന്നു. മാറാല കെട്ടിയ അവരുടെ ആപ്പീസുമുറിയിൽ എന്നു മെന്ന പോലെ ഇന്നും യോഗമുണ്ടായിരിക്കും.

'ഒന്നു പറയൂ കുട്ടി നിന്റെ ബംഗാളിന്റെ ഗ്രാമീണ ജീവിതത്തെപ്പറ്റി.'

ഇന്നലെ രാത്രിയിൽ തുടങ്ങിവെച്ച സംസാരം വീണ്ടുമാരംഭിച്ചപ്പോൾ മുറിയിൽ ഞങ്ങൾ തനിച്ചായിരുന്നു. നാഥേട്ടന്റെ കൂട്ടുകാരെല്ലാം പോയിരുന്നു. പൂമുഖത്തിരുന്ന മുപ്പരേതോ പത്രം വായിച്ചുകൊണ്ടിരുന്നു. അനാവശ്യമായി കത്തിച്ച്, ആഷ്ട്രേയിൽ കുത്തിനിറുത്തിയ സിഗരറ്റു പുകഞ്ഞുകൊണ്ടിരുന്നു. നാഥേട്ടന്റെ ഹോബി.

കാണാത്ത നാടുകളെക്കുറിച്ച് ബോധതലത്തിൽ ഞാനെന്തൊക്കെ സ്വപ്നങ്ങളാണെന്നോ നെയ്തിട്ടിരിക്കുന്നത്. നിന്റെ വിവരണങ്ങൾ എനിക്ക് ഹൃദ്യമായിരിക്കും.

അവൾ പറഞ്ഞു. ബംഗാളിന്റെ തെക്കൻ ജില്ലയായ മിഡ്നാപ്പൂർ. ഹൂഗ്ലിയുടെ തീരം. കറുത്തിരുണ്ട മണ്ണ്, മത്സ്യം പിടിക്കുന്ന മുക്കുവരും കച്ചവടക്കാരായ മുസ്സൽമാന്മാരും ആഢ്യത്വം പുലർത്തുന്ന സവർണ്ണരും അവിടത്തെയും മനുഷ്യർതന്നെ.

വാചകങ്ങൾ അവൾ ധടുതിയിൽ പറഞ്ഞുതീർത്തു. ഇനി പറയാനില്ലെന്ന മട്ടിൽ മൗനിയായി.

'ആത്മീയതയുടെ വിത്ത് അവിടെയെങ്ങനെയാണ് ഇത്ര തഴച്ചത്. പെൺകുട്ടികളെപ്പോലും കീഴ്പ്പെടുത്തിക്കൊണ്ട്..'

ഞെട്ടലിന്റെ വേഗതയിൽ അവൾ തലയുയർത്തി. ഒരു ശ്വാസഗതിയുടെ നീണ്ടുവെന്നു തോന്നിയ ദൈർഘ്യത്തിനുശേഷം ശബ്ദിച്ചു:

'അതു സന്യാസിമാരുടെ നാടൊന്നുമല്ല'

'സന്യാസിനിമാരുടെ?'

കളിയാക്കുന്നു. വാക്കുകളെ അമർഷം അമർത്തിപ്പിടിച്ചു ഞെരിഞ്ഞുലഞ്ഞ അക്ഷരങ്ങൾ ക്രമംതെറ്റി വീണു.

'ക്ഷമിക്കണം കുട്ടി ഞങ്ങൾക്ക്- പെൺകുട്ടികൾ- ഒരിക്കലും സന്യാസിനികളാവാൻ കഴിയില്ല, അവരുടെ മനസ്സ് ഒന്നിലും ഒതുങ്ങുകയില്ലെന്നു കൂടി പറയാം.'

നോക്കിയപ്പോൾ കണ്ണുകൾ പരാജയം സംഭവിച്ചു പിൻവാങ്ങുകയായിരുന്നു. പയ്യെപയ്യെ മുഖം ചൈതന്യരഹിതമായി. കാപട്യത്തിന്റെ രേണുക്കൾ മുഖത്ത് പുതുതായുണ്ടായ കറുപ്പുശകലങ്ങളിൽ പറന്നു നടന്നു.

ആരും മിണ്ടിയില്ല. തുടർന്ന ഓരോ നിമിഷങ്ങൾക്കും പൂർണഭാരമായിരുന്നു.

അലക്ഷ്യഭാവേന അവളുറക്കം നടിച്ചു കിടന്നു. ഖദർ കാവിസാരി പകുതിയും അവളെ ഉപേക്ഷിച്ചിരുന്നു. വെളിച്ചം കെടുത്തിയപ്പോൾ തെമ്മാടിപ്പയ്യനെപ്പോലെ നിലാവ് കടന്നുവന്നു. നിലാവലിഞ്ഞ മഞ്ഞു പുരണ്ട അന്തരീക്ഷം, നീലപ്പല്ലുകളുടെ ചിരിപോലെ വിചിത്രമായിരുന്നു.

മുഖം തിരിച്ചിരിക്കുന്ന പാവകൾ

അഷിത

പുറത്തെ ചൂടിൽ നിന്ന് രക്ഷപ്പെടാനാണ് ഞാൻ അഭിമന്യുവിനോട് അകത്തേക്കിരിക്കാമെന്നു പറഞ്ഞത്. പോരാത്തതിന് എതിർവശത്തെ ഫ്ളാറ്റിലെ ഹിരണ്മയീദേവിയുടെ നോട്ടം എന്നെ അസ്വസ്ഥയാക്കാനും തുടങ്ങിയിരുന്നു. രണ്ടു പ്രാവശ്യം കർട്ടന്റെ വിടവിലൂടെ അവർ അഭിയെ സൂക്ഷിച്ചു നോക്കുന്നതു കണ്ടുപിടിച്ചിരുന്നു ഞാൻ. പക്ഷേ. സിറ്റിംഗ് റൂമിൽ വന്നിട്ട് ഏറെ നേരം കഴിഞ്ഞിട്ടും അഭി ഒന്നും സംസാരിക്കാൻ ഭാവമില്ലെന്നു കണ്ടപ്പോൾ തോന്നി, വേണ്ടായിരുന്നുവെന്ന്. ബാൽക്കണിയിലായിരുന്നെങ്കിൽ എന്തെങ്കിലുമൊക്കെ- താഴത്തെ ഫ്ളാറ്റിലെ ബാബുമശായി അയാളുടെ തല്ലിപ്പൊളി സ്കൂട്ടർ തുടച്ചു വൃത്തിയാക്കുന്നതോ റോഡിന്റെ അരികിലുള്ള വൃത്തികെട്ട ബൂത്തിൽ നിന്നു പാലുവാങ്ങിക്കാൻ വന്നവരുടെ ഉച്ചത്തിലുള്ള വർത്തമാനമോ- ഒക്കെ, വളരെ പ്രധാനമാണെന്നപോലെ ശ്രദ്ധിച്ച്, അഭി എന്നെ നോക്കുന്നത് ഞാനറിഞ്ഞിട്ടേയില്ല എന്നമട്ടിലിരിക്കാമായിരുന്നു.

പുറത്ത്, ഗ്രീഷ്മത്തിന്റെ തുടക്കം കുറിച്ചുകൊണ്ട് ചുടുകാറ്റ് വീശിത്തുടങ്ങിയിരുന്നു. വാഹനങ്ങളുടെ ഇരമ്പത്തിൽ നിന്നും കാറ്റിന്റെ അവ്യക്തമായ മർമ്മരം പിടിച്ചെടുക്കാൻ കാതോർത്തിരിക്കുമ്പോൾ അഭിയുടെ കണ്ണുകൾ എന്റെ മുഖത്തുതന്നെയാണെന്ന് അറിയാമായിരുന്നു. എനിക്ക് കഴിഞ്ഞ പതിനഞ്ചു മിനുട്ടുകളായി അതങ്ങനെത്തന്നെ ആയിരുന്നു. അതുകൊണ്ടു തന്നെ, കാറ്റു നിലച്ചപ്പോൾ ചുമരിൽ വെയിൽ വരച്ചിട്ട ചിത്രങ്ങളെ സാവകാശം നോക്കി പഠിക്കുന്നതായി ഭാവിച്ചു, ഞാൻ. അഭിയുടെ തീക്ഷ്ണമായ നോട്ടത്തെ - അതെപ്പോഴും തീക്ഷ്

ണമായിരുന്നു.- ഞാൻ ഭയന്നിരുന്നു. എനിക്കു ചുറ്റും ഞാൻ തീർത്ത വലയം തുളച്ചു കടക്കുന്നതിൽ അത് എന്നെങ്കിലും വിജയിക്കുമെന്ന് എനിക്കുറപ്പുണ്ടായിരുന്നു. അതൊരിക്കലും സംഭവിക്കാൻ പാടില്ലാത്തതാണെന്ന് ഞാനെന്നെ ഓർമിപ്പിക്കുകയും ചെയ്തിരുന്നു. 'ആരാണ് ഇപ്പോൾ കണ്ണടച്ചു പാല് കുടിക്കുന്ന പൂച്ചക്കുട്ടി?' അഭി പെട്ടെന്നുചോദിച്ചു. പിന്നെ തെല്ലുറക്കെ ചിരിക്കാൻ തുടങ്ങി. ഒരു നിമിഷം, അഭിയെ ഒന്നു നോക്കി അതിവേഗം കണ്ണുകൾ പിൻവലിച്ചു ഞാൻ. പരിഹാസമായിരുന്നെങ്കിലും ആ ചോദ്യം എനിക്കിഷ്ടമായി. ഞാനും ചിരിച്ചുപോയി. അപ്പോൾ ചാരിയിരുന്ന് ചിരി നിർത്തി വലിയ ഗൗരവക്കാരനെപ്പോലെ അഭി പറഞ്ഞു: 'ജീവിക്കുക എന്നതിന്റെ അർഥം സ്വന്തം മനസ്സിന്റെ നേർക്കും മുഖം തിരിച്ചു പിടിക്കുക എന്നായിരിക്കുന്നു; കഷ്ടം!'

അതും എനിക്കു വളരെ ഇഷ്ടമായി. വാസ്തവത്തിൽ അഭി സംസാരിക്കുന്നതു കേട്ടിരിക്കാൻ തന്നെ എനിക്കിഷ്ടമായിരുന്നു. ശബ്ദം വളരെ താഴ്ത്തിയും ചിലപ്പോൾ അസാധാരണമായി ഉയർത്തിയും സംസാരിക്കുക അഭിയുടെ മാത്രം പ്രത്യേകതയാണ്. ഈ പ്രത്യേകത അഭി മനഃപൂർവ്വം സൃഷ്ടിക്കുന്നതാണെന്ന് വിജയേട്ടൻ പറയാറുള്ളതായിരിക്കാം സത്യം. എന്നാലും പ്രത്യേകതകൾ പലതും അഭിക്കുണ്ടായിരുന്നു. എല്ലായ്പ്പോഴും വാഹനങ്ങൾ അടുത്തെത്തുമ്പോൾ മാത്രം നിരത്തു മുറിച്ചുകടക്കുക. ചെറിയ ചെറിയ കാര്യങ്ങളെച്ചൊല്ലി ഉദാസീനനാവുക, ആൾക്കൂട്ടത്തിനിടയ്ക്കായിരിക്കുമ്പോൾ തന്നെ കനത്ത കോട്ട കെട്ടിയുയർത്തി അതിലൊളിക്കുക- അങ്ങനെ പലതും. പക്ഷേ എന്തൊക്കെ പറഞ്ഞാലും ഈ പ്രത്യേകതകൾ അഭിയുടേതാകുമ്പോൾ സ്വാഭാവികമാണെന്നേ തോന്നൂ. ഇവയില്ലെങ്കിൽ അഭി, അഭിയാവില്ലെന്നു പോലും എനിക്കു തോന്നാറുണ്ട്.

അഭി വീട്ടിൽ വരുന്നതു കാത്തിരിക്കാറുണ്ട് ഞാൻ. എന്നിട്ടും ഓരോ തവണയും ശബ്ദമുണ്ടാക്കിക്കൊണ്ട് അഭി കോണികയറി വരുമ്പോൾ ഞാൻ എന്നെത്തന്നെ കണ്ടെത്തുന്നതുപോലെ സന്തോഷവതിയാകും, ചിരിച്ചുകൊണ്ട് ഞാൻ പറയും: ഇരിക്കൂ. അഭി ഇരിക്കും. എത്ര ദിവസമായി കണ്ടിട്ട്! എന്താ ഇത്രയും ദിവസം ഇങ്ങോട്ടൊന്നും വരാത്തത്. വിജയേട്ടനോട് ഹോസ്റ്റലിലേക്ക് ഫോൺ ചെയ്യാൻ പറയണമെന്നു വിചാരിക്കുകയായിരുന്നു ഞാൻ- അതൊന്നും ഒരിക്കലുമുണ്ടാവില്ലെന്നും പക്ഷേ, ഞാനെന്തിനാണ് അങ്ങനെ പറയുന്നതെന്നും നല്ലവണ്ണം അറിയാം അഭിക്ക്. അതുകൊണ്ട് കുറച്ചു ദിവസങ്ങൾക്ക് മുമ്പ് കണ്ടിരിന്നുവെങ്കിൽക്കൂടിയും വളരെ നാളായി കണ്ടിട്ടെന്ന മട്ടിൽ അഭിയും പറയും-ക്ലബ്ബിന്റെ വാർഷികമായിരുന്നു. പരിപാടികളൊക്കെ അറേഞ്ചു ചെയ്യാൻ ഓടിനടക്കേണ്ടിവന്നു. മതിയായി, അടുത്ത പ്രാവശ്യം ഞാൻ ഇലക്ഷനു നിൽക്കില്ല, തീർച്ച. എന്നാലും പരിപാടികളൊക്കെ ഗംഭീരമായിരുന്നു കേട്ടോ-

വിവാഹം കഴിഞ്ഞു നഗരത്തിലേക്കു വന്ന ദിവസമാണ് ഞാൻ അഭിയെ പരിചയപ്പെട്ടത്. ഹോസ്റ്റലിൽ താമസിച്ചു പഠിക്കുന്ന അഭി എന്റെ

ഭർത്താവിന്റെ ഒരകന്ന ബന്ധുമായിരുന്നു. പണിക്കുവന്നിരുന്ന തമിഴത്തി പോയിക്കഴിഞ്ഞാൽ പിന്നെ എനിക്കൊന്നും ചെയ്യാനുണ്ടായിരുന്നില്ല. നിരത്തിൽ ചീറിപ്പായുന്ന വാഹനങ്ങളെ നോക്കി നിൽക്കുകയോ, ജനലരികിൽ തന്നെയിരുന്ന് ഭർത്താവിന് സ്വറ്റർ തുന്നുകയോ ആയിരുന്നു എന്റെ പതിവ്.

അങ്ങനെയിരിക്കുമ്പോൾ ചിലപ്പോൾ അഭി കയറിവരുമായിരുന്നു. വന്നു കയറി എന്നെ തീരെ ഗൗനിക്കാതെ സോഫയിൽ കണ്ണുമടച്ച് ചാരിയിരിക്കും; ചിലപ്പോൾ മേശയിൽ താളം പിടിച്ചു ഉല്ലാസവാനായി നിർത്താതെ സംസാരിക്കുകയാവും ചെയ്യുക; ചിലപ്പോൾ കൈത്തലത്തിൽ മുഖം താങ്ങി ആലോചിച്ചിരിക്കുകയും. ഒരിക്കൽ അങ്ങനെ വല്ലാതിരിക്കുന്നത് കണ്ട് എന്താ അഭി പനിയുണ്ടോ എന്നു ചോദിച്ചു നെറ്റിയിൽ കൈവെച്ചു നോക്കുമ്പോഴാണ് അഭിയുടെ കണ്ണുകളുടെ തീക്ഷ്ണത എനിക്കാദ്യമായി അനുഭവപ്പെട്ടത്. എവിടെയോ എന്തോ ഉരുകിത്തുടങ്ങുന്നത് ഞാനറിഞ്ഞത്. വാസ്തവത്തിൽ അഭിയുടെ കണ്ണുകളുമായുള്ള ഈ ഒളിച്ചുകളി ഞാനന്നുതൊട്ടാണ് തുടങ്ങിയത്.

ഇപ്പോൾ, അഭിയുടെ എതിരെയിരിക്കുമ്പോൾ എനിക്കു നന്നായറിയാമായിരുന്നു. കുറച്ചുകഴിഞ്ഞാൽ എന്നത്തേയുംപോലെ, എന്തെങ്കിലും- ഒരു ഗ്ലാസ് വെള്ളമോ, വായിക്കാനൊരു പുസ്തകമോ- അഭി ചോദിക്കും. എന്നിട്ട്, കൊടുക്കുമ്പോൾ വാശിക്കാരനായ കുട്ടിയെപ്പോലെ അതു വാങ്ങാതെ എന്റെ കണ്ണുകളെ ചൂണ്ടയിടാൻ ശ്രമിച്ച്, വെറുതെയിരിക്കും. അഭി അങ്ങനെ ചെയ്യുമ്പോഴൊക്കെ ഞാൻ മനസ്സിൽ പറയും; വരട്ടെ, അടുത്ത തവണ തീർച്ചയായും ഞാൻ അഭിയോടു പറയും. ഇതൊന്നും പാടില്ല അഭി എന്നോ അല്ലെങ്കിൽ എനിക്ക് എന്നെത്തന്നെ മനസ്സിലാക്കുന്നത് വിഷമകരമാക്കരുതെന്നോ, എന്തെങ്കിലും.

പക്ഷേ, ഞാനൊരിക്കലും ഒന്നും പറയില്ല, അഭി ഉരുക്കുന്നത് എന്റെ പാവം മനസ്സിനെയാണെന്ന് എനിക്കറിയാം, അഭിക്കും. അതോർക്കുമ്പോഴൊക്കെ എനിക്കു ബോദ്ധ്യമാവാറുണ്ട് കെട്ടടങ്ങാത്ത കനലുകൾ നമ്മളെല്ലാവരും ഉള്ളിൽ കൊണ്ടുനടക്കുന്നുണ്ടെന്ന്. അതുകൊണ്ട് ധൃതിയിൽ നോട്ടം പിൻവലിച്ച്, ഞാൻ പറയും നല്ലവണ്ണം പഠിക്കുന്നില്ലേ അഭി? ബുക്സ്റ്റാളുകളിൽ വെറുതെ സമയം കളയരുത്, ഫൈനൽ ഇയറാണെന്നോർമ്മ വേണം-

അഭി ഒന്നും പറയില്ല, കേട്ടുവെന്നുതന്നെ നടിക്കില്ല, അഭിക്കറിയാം. അഭിയുടെ മൗനം എന്നെ അസ്വസ്ഥയാക്കുമെന്ന്.

സിഗരറ്റിന്റെ പുകയില മുഴുവനും കളഞ്ഞ് വേറെ എന്തോ നിറച്ച് വലിക്കുവാൻ തുടങ്ങുകയായിരുന്നു അഭി. എന്നത്തേയും പോലെ ഇപ്പോഴും അഭിയുടെ മൗനം എന്റെ ഹൃദയമിടിപ്പുകളെ തെറ്റിക്കാൻ തുടങ്ങിയിരുന്നു. ദയനീയമായിത്തന്നെ ഞാൻ വിളിച്ചു, അഭീ....

പുക ഉള്ളിലേക്കെടുത്ത് വളരെ സൗമ്യമായി എന്നോടൊരു സൗജന്യം കാണിക്കുന്ന മട്ടിൽ അഭി പറഞ്ഞു. അവനവനു മാത്രം അടിമയാ

യിരിക്കുന്നതാണ് എപ്പോഴും നല്ലത്. പിന്നെ എന്റെ നേർക്ക് നടന്നുകൊണ്ട് മെല്ലെ ചോദിച്ചു–'തോന്നുന്നില്ലേ?' അപ്പോൾ അഭി വന്നു നിന്നിരുന്നത് എന്റെ തൊട്ടടുത്തായിരുന്നു. ആ തീക്ഷ്ണമായ നോട്ടം എന്റെ മുഖത്തും. ഏതു രൂപത്തിലും വാർത്തെടുക്കാവുന്ന, മുഴുവൻ ഉരുകിത്തീർന്ന ലോഹമായിരുന്നു എന്റെ മനസ്സപ്പോൾ. അഭിക്കും അപ്പോഴത് അറിയാമായിരുന്നുവെന്ന് എനിക്കുറപ്പുണ്ട്. അഭിയുടെ കണ്ണുകൾ തിളങ്ങുവാനും ഞാനെന്നെത്തന്നെ ആ തിളക്കത്തിൽ കാണുവാനും തുടങ്ങിയപ്പോഴാണ് ഇതൊന്നും ഒരിക്കലും സംഭവിക്കാൻ പാടില്ലാത്തതാണെന്ന് ഞാനെന്നെത്തന്നെ ഓർമിപ്പിച്ചത്. താളം തെറ്റിത്തുടങ്ങിയിരുന്ന ഹൃദയമിടിപ്പുകളെ അവഗണിച്ച് അല്പം വിറയാർന്ന ശബ്ദത്തിൽ ഞാൻ വേഗം പറഞ്ഞു. നേരം വളരെയായി, ഹോസ്റ്റലിലെത്തണ്ടെ അഭിക്ക്. ഫിലിമിന് രണ്ടു ടിക്കറ്റും കൊണ്ടുവരുമെന്ന് വിജയേട്ടൻ പറഞ്ഞിരുന്നു- സാവധാനം പിൻവാങ്ങി, സിഗരറ്റ് പെട്ടെന്ന് വലിച്ചെറിഞ്ഞ് ഒരക്ഷരം പറയാതെ അഭി ഇറങ്ങിപ്പോയപ്പോൾ അത്ര വളരെയൊന്നും ദുഃഖിതയായിരുന്നില്ല ഞാൻ.

അഭി പറഞ്ഞതുപോലെ അവനവനുമാത്രം അടിമയായിരിക്കുന്നതായിരിക്കും നല്ലത്; ചിലപ്പോഴെങ്കിലും.

കഥാന്തരം

അഷ്ടമൂർത്തി

ഇന്നു രാത്രിയും ഞാൻ നിലവിളിക്കുമെന്ന് ബാലൻ പേടിച്ചിട്ടുണ്ടാവും. ജാലകങ്ങൾ എല്ലാം ശരിക്കടച്ചിട്ടില്ലേ എന്ന് നോക്കി ഉറപ്പിച്ചിട്ടാണ് അവൻ പോയത്. ശങ്കരനോട് എന്റെ മുറിക്കു പുറത്ത് കാവൽ കിടക്കാൻ ഏർപ്പാടാക്കിയതും അവൻ തന്നെ. വാതിലും ജാലകങ്ങളും ബന്ധിച്ചതു കാരണം രാത്രിയുടെ ഒച്ചയും അനക്കവും അടങ്ങുന്നത് എനിക്കറിയാൻ കഴിഞ്ഞില്ല. ഗോവിന്ദന്റെ കിടപ്പുമുറിയിലെ വെളിച്ചമണഞ്ഞതും കിഴക്കേ വീട്ടിലെ നാലുകെട്ടിന്റെ കനത്ത പൂമുഖവാതിൽ അടഞ്ഞതും അറിഞ്ഞില്ല. സാധാരണ അതൊക്കെക്കഴിഞ്ഞേ ഞാനുറക്കം പിടിക്കാറുള്ളു. കിടക്കയിൽ ചെവി അമർത്തിവെച്ചതുകൊണ്ട് താഴത്തെ മുറിയിൽനിന്ന് ബാലൻ വിളക്കൂതുന്നതുമാത്രം കേട്ടു. അതും കഴിഞ്ഞ് ഓവറയിലേക്കുള്ള വാതിൽ തുറന്നടയുന്നതുവരെ എനിക്കുറക്കം വരാറില്ല.

കമ്പിറാന്തൽ ഞാൻ കെടുത്തിയിട്ടില്ല. നാട താഴ്ത്തി വെച്ചിട്ടേയുള്ളു. സാധാരണ ഉറങ്ങാൻ കിടക്കുമ്പോൾ വെളിച്ചത്തിന്റെ ഒരു കീറു പോലും എനിക്കസഹ്യമാണ്. അകത്തേക്കു വീഴുന്ന നിലാവുപാളി പോലും എന്റെ ഉറക്കം കെടുത്തും. ഇന്ന് എനിക്കുറക്കം വരുന്നില്ല. അതുകൊണ്ടാണ് റാന്തൽ ഞാനിനിയും കെടുത്താത്തത്.

ചുമരിൽ ചാരിയിരിക്കുന്ന സുമറാണി, ഈ മങ്ങിയ വെളിച്ചത്തിലും എനിക്കു നിന്നെ വ്യക്തമായി കാണാം. വാതിലെല്ലാം തുറന്നു കിടന്ന ഇന്നലെ രാത്രിയിൽ എന്റെ ജാലകത്തിനരികെ ചിരിയ്ക്കുന്ന മുഖവുമായി നീ വന്നപ്പോൾ ഒരു നിമിഷത്തേയ്ക്കു കാൻവാസിലെ ചിത്രം

തന്നെയാണോ എന്ന് സംശയിച്ചുപോയി. പക്ഷേ, കാൻവാസിലെ നീ, കണ്ണുകളിൽ ഞാൻ ചാലിച്ചു ചേർത്ത ആലസ്യവുമായി പുറത്തേക്കു നോക്കുകതന്നെയായിരുന്നു. നിശ്ചലദൃശ്യമൊരുക്കി നിന്ന ജാലകത്തിന്റെ മറനീക്കി നീ തെളിഞ്ഞു. നീലയിൽ ഇളംമഞ്ഞപ്പൂക്കൾ അവിടവിടെ വിതറിയിട്ട നനുത്ത സാരിയിൽ അടിച്ച കാറ്റ് ജാലകക്കമ്പികളിൽ തട്ടി പൊള്ളയായി നിന്നു. അപ്പോഴാണ് എന്റെ മുമ്പിൽ ചലിയ്ക്കുന്ന രൂപം യാഥാർത്ഥ്യമാണെന്ന് ഞാനറിഞ്ഞത്. പേടിച്ചു നിലവിളിച്ചതും അപ്പോഴാണ്. പക്ഷേ അതിത്ര ഉച്ചത്തിലാവുമെന്നും ബാലൻ ഉണർന്നു വരുമെന്നും ഞാൻ കരുതിയില്ല. അപ്പോഴേയ്ക്കും നീയെങ്ങോ മറഞ്ഞു കഴിഞ്ഞിരുന്നു.

സുമറാണി, നീ വന്നതെന്തിനാണെന്ന് എനിയ്ക്കറിയാം. വർഷങ്ങൾക്കു മുമ്പ്, ഇരുവശവും തിങ്ങിനിൽക്കുന്ന ചിരവനാക്കു ചെടികൾക്കിടയിലൂടെ പോവുമ്പോൾ എന്റെ നിയന്ത്രണം നഷ്ടപ്പെട്ടു പോയ ആ സായാഹ്നത്തിനു ശേഷം എത്രയെത്ര കാൻവാസുകൾ ഞാൻ നിനക്കു വേണ്ടി നഷ്ടപ്പെടുത്തിയെന്നറിയാമോ? ഇടിഞ്ഞുവീണ പാതയിലെ ബോധപൂർണ്ണയാമങ്ങളിലൊക്കെ ഞാൻ നിന്നെ അനുഗമിക്കാൻ ശ്രമിയ്ക്കുകയായിരുന്നു. അപ്പോഴൊക്കെ നീ തൊട്ടു-തൊട്ടില്ല എന്ന മട്ടിലെത്തുമ്പോൾ അദൃശ്യയായി. വഴിയറിയാതെ ഞാൻ വലഞ്ഞു. പിന്നെ ഇവിടെ ഈ മുറിയ്ക്കകത്ത് ബന്ധിതനായപ്പോൾ എനിക്ക് ആരുമില്ലായിരുന്നു - എന്റെ ചുറ്റും മനസ്സിലും നിറഞ്ഞുനിന്ന ശൂന്യതയല്ലാതെ.

ഇന്നലെ ഞാൻ അറിയാതെ നിലവിളിച്ചുപോയതാണ്. നീയിത്ര വേഗം അപ്രത്യക്ഷയാവുമെന്ന് ഞാൻ വിചാരിച്ചില്ല. ബാലൻ പരിഭ്രമിച്ചിട്ടുണ്ടാവും. ഈയിടെയായി രാത്രിയിൽ ഞാൻ കരയാറില്ലല്ലോ!

എന്തെല്ലാം അവരോടു പറഞ്ഞെന്ന് എനിയ്ക്കോർമ്മയില്ല. നിന്റെ പേര് ഉറക്കെയുറക്കെ വിളിച്ചുപറഞ്ഞിട്ടുണ്ടാവുമെന്നു തീർച്ച. ഉച്ചക്ക് നിന്റെ ചിത്രത്തിനു മുമ്പിൽ ഞാനിരിക്കുമ്പോൾ എന്റെ പിന്നിൽ വന്നു നിന്ന രുഗ്മി അതുകൊണ്ടാവും ചോദിച്ചത്: ഏട്ടനിപ്പോഴും ഓർമ്മയുണ്ടോ സുമറാണിയെ?

രുഗ്മിയെ നീ കണ്ടിട്ടില്ലല്ലോ. കറുത്തിട്ടാണെങ്കിലും മുഖശ്രീയുള്ള പെണ്ണ്. അവൾക്കെന്നെ ഇഷ്ടമാണ്. രാവിലെ എഴുന്നേറ്റു ചെല്ലുമ്പോൾ ഇറയത്തെ തിണ്ണയിൽ ഉമിക്കരിയും ഈർക്കിലിയും പിച്ചളയിൽ വെള്ളവും ഒരുക്കിവെച്ചിട്ടുണ്ടാവും. നേരാനേരത്തെനിയ്ക്കു വിളമ്പിത്തരും. മതിയെന്നു പറഞ്ഞാലും പിന്നെയും വിളമ്പും: ഏട്ടാ, ഒരിത്തിരി കൂടി കഴിയ്ക്കൂന്ന്, മരുന്നു സേവിയ്ക്കുമ്പോൾ വയറ് കായാൻ പാടില്ല.

രുഗ്മിക്ക് എന്നെ മാത്രമല്ല, എല്ലാവരേയും ഇഷ്ടമാണ്. പ്രത്യേകിച്ചും ബാലനെ. അവൻ രുഗ്മിയോടു മിണ്ടുന്നതു തന്നെ എനിക്കത്ര ഇഷ്ടമല്ല. കലവറ വാതിൽക്കൽ വിലങ്ങനെ നിറഞ്ഞുനിന്ന അവനെ കടന്നു പോവുമ്പോൾ രുഗ്മി അവന്റെ മുതുകിലൊന്ന് കൈവെച്ചാൽ, ബാലൻ ശേഷിച്ചിട്ട മെഴുക്കുപുരട്ടി അവൾ സ്വാദോടെ കൂട്ടിയുണ്ടാൽ, അവൻ

ജോലിക്കു പുറപ്പെടുമ്പോൾ അടുക്കളപ്പണിത്തിരക്കിനിടയിൽ സമയമുണ്ടാക്കി പൂമുഖത്തു ചെന്നു നിന്നാൽ അന്നു മുഴുവൻ ഞാനവളോട് പിണക്കം നടിച്ചിരിക്കും. എന്നെങ്കിലും ഒരു രാത്രി അവൾ നേരത്തേ ഉറങ്ങാൻ കിടന്നാൽ അന്നു രാവേറെച്ചെല്ലുംവരെ ഞാനുറങ്ങാതിരിക്കും.

നിഴലുകളിരുണ്ട ഒരു സന്ധ്യയിൽ ഇടനാഴിയിൽ ഒരു മുഷിഞ്ഞ തുണിയായി ഞാൻ ചുറ്റിപ്പറ്റി നിന്നപ്പോൾ ബാലനെയും രുഗ്മിയെയും കണ്ടു. എന്റെ മനസ്സിൽ കാറും കോളും ഉയരാൻ അതു മതിയായി. അന്നു രാത്രി ഊണു കഴിഞ്ഞ് ബാലനുറങ്ങാൻ തുടങ്ങുമ്പോൾ ഞാൻ ആ മുറിയിലെത്തി. രുഗ്മി അടുക്കളയിൽ നിന്നെത്തിയിട്ടുണ്ടായിരുന്നില്ല. എന്റെ കൈയിൽ എന്തായിരുന്നെന്നറിയാമോ? ഉത്തരം പുതുക്കിപ്പണിയാൻ വന്ന ആശാരി രാമൻ മറന്നിട്ടുപോയ വീതുളി. പക്ഷേ, ബാലൻ ഉറങ്ങിയിരുന്നില്ല. അന്നു മുതൽക്കാണ് ഈ വാതിലിന്റെ പുറംകതകുകൾ ശബ്ദിക്കാൻ തുടങ്ങിയത്.

ബാലന് എന്നെ കാര്യമാണ്. എനിക്കു വേണ്ടതൊക്കെ അന്വേഷിച്ചു പിടിച്ചുകൊണ്ടുവരാൻ അവനെപ്പോഴും ശ്രദ്ധിക്കും. വേണ്ടത്ര ചായവും കാൻവാസുകളും ഇവിടെ എപ്പോഴുമുണ്ടാവും. എന്നോട് ഒരിക്കലും ഉരത്തു സംസാരിച്ചിട്ടില്ല അവൻ. ഞാൻ എന്നെത്തന്നെ മറന്ന ആ രാത്രി നിലകിട്ടാതെ ഞാനുറക്കെ കരഞ്ഞപ്പോഴും എന്നെ ആശ്വസിപ്പിക്കാനെത്തിയത് ബാലനായിരുന്നു. അടഞ്ഞ ഈ വാതിലുകൾ തുടരെത്തുടരെ തുറക്കപ്പെട്ടു. ബന്ധനത്തിലും ബന്ധനമറിയാതെ ഞാൻ ദു:ഖിച്ചു. ഒടുക്കം ഈ കതകുകൾ അടയാതെയായി.

ഞാനെന്തൊക്കെയാണ് പറഞ്ഞുകൊണ്ടുവന്നത്? അതെ, സുമറാണി, നീയിന്നു വരുമെന്ന് എനിക്കുറപ്പുണ്ട്. ചില്ലുപോലുമില്ലാത്ത ഈ ജാലകവാതിൽ അടഞ്ഞു കിടക്കുന്നതു കാണുമ്പോൾ നീ നടുങ്ങും. വാതിലും പൂട്ടിയിരിക്കുകയാണ്. എന്നാലും നീ തിരിച്ചുപോവരുത്. പ്രഭാതംവരെ കാത്തുനില്ക്കുക. ഞാൻ പുറത്തുവരും.

പ്രഭാതങ്ങൾ നിനക്കിഷ്ടമായിരുന്നു. കാലത്തെഴുന്നേറ്റു കുളിച്ചുവന്ന് നെറ്റിയിൽ ചന്ദനക്കുറിയും കണ്ണുകളിൽ കട്ടിയായ കണ്ണെഴുത്തുമായി വീടിന്റെ മട്ടുപ്പാവിൽ വന്ന് നീ പുസ്തകം നീർത്തിയിരിക്കുന്നതു കാണാൻ വേണ്ടി മാത്രം ഞാനെത്ര തവണ നേരത്തെ എഴുന്നേറ്റിട്ടുണ്ടെന്നോ! നേർത്ത കാറ്റിൽ നിന്റെ വേഷ്ടിത്തുമ്പിളകുമ്പോൾ, നനുത്ത വെയിൽ നിന്നെ സ്വർണ്ണം പൂശുമ്പോൾ ഞാൻ സിഗരറ്റു കൊളുത്തി തലേന്നു മാറ്റിവെച്ച കാൻവാസ് വീണ്ടും പുറത്തെടുത്തു വെക്കുന്നു.

തുടങ്ങിവെച്ച ആ ചിത്രങ്ങളൊന്നും ഞാൻ മുഴുമിച്ചില്ല. പകുതിയെത്തുമ്പോൾ തൃപ്തിയാവാതെ ഞാൻ മാറ്റിവെക്കും. പുതിയ കാൻവാസെടുക്കും. നിന്നെക്കുറിച്ചുള്ളതായതുകൊണ്ടാവാം ആ അപൂർണ്ണചിത്രങ്ങളൊക്കെ നിനക്ക് പ്രിയപ്പെട്ടതായിരുന്നു. പക്ഷേ ഒന്നെങ്കിലും അവസാനിച്ചുകാണണം എന്ന് നീ ആഗ്രഹിച്ചു.

സുമറാണി, ഇനി നീ വരൂ. നിന്റെ ചിത്രം ആദ്യമായി ഞാൻ പൂർത്തിയാക്കിയിരിക്കുന്നു. ഒരു പകൽസ്വപ്നത്തിൽ നിന്നെ വ്യക്ത

മായി കണ്ടുണർന്ന ഞാൻ കാൻവാസ് തപ്പിയെടുത്ത് വരയ്ക്കാൻ തുടങ്ങി. ആദ്യത്തെ രണ്ടുദിവസം കഴിഞ്ഞപ്പോൾ നിന്റെ ബാഹ്യരേഖകൾ തെളിഞ്ഞു. രാവും പകലും ഊണുമുറക്കവും മറന്ന് ഞാനീ മുറിയിൽ ത്തന്നെ ചടഞ്ഞുകൂടി. രുഗ്മി എന്റെ പിന്നിൽ വന്നതും ചോറുമായി കാത്തുനിന്നതും ഒന്നും ഞാനറിഞ്ഞില്ല.

ഇന്നലെ ഉച്ചയ്ക്ക് നിന്റെ ചിത്രത്തിൽ അന്ത്യസ്പർശങ്ങൾ നടത്തുമ്പോൾ അവൾ വീണ്ടും പിന്നിൽ വന്നുനിന്നു. അപ്പോൾ ഞാൻ നിന്റെ കാലിലെ പാദസരങ്ങൾക്ക് സുവർണ്ണനിറം പകരുകയായിരുന്നു. അതു കഴിഞ്ഞ് നിന്റെ കൈയിലെ ചുവന്ന വളകൾക്ക് തുടുപ്പ് നൽകിക്കഴിയുന്നതുവരെ അവൾ നോക്കിനിന്നു. ഒടുവിൽ വെയിലാറുമ്പോൾ ഒരു ദീർഘ നിശ്വാസവുമായി അവൾ കോണിയിറങ്ങിപ്പോയി.

സൃഷ്ടിശേഷമായ ഔദാര്യമായിരുന്നു ഇന്നലെ മുഴുവൻ എനിക്ക്. ബ്രഷുകൾ കഴുകുമ്പോൾ, നിറഞ്ഞ കനിവുമായി ഞാൻ രുഗ്മിയോടു സംസാരിക്കാൻ തുടങ്ങി. പതിവില്ലാതെ അവൾ മുഖം തിരിച്ചു. പിണക്കം നടിച്ചു. അസ്പഷ്ടവും അസാന്ദർഭികവുമായ ആ പരിഭവത്തിനുപോലും എന്റെ ഔദാര്യത്തിന് ചോർച്ചയേല്പിക്കാൻ കഴിഞ്ഞില്ല.

പ്രപഞ്ചത്തോടു മുഴുവൻ വഴിഞ്ഞൊഴുകുന്ന സ്നേഹവുമായി ഇന്നലെ ആ മുറിയിൽ തനിച്ചിരിക്കുമ്പോൾ, സുമറാണി, നിന്നേക്കുറിച്ചു കൗമാരചാപല്യത്തിൽ ഞാനെഴുതിയ കവിതകൾ ഓർക്കാൻ ശ്രമിക്കുകയായിരുന്നു. പ്രത്യേകിച്ചൊന്നിനുമല്ല. വെറുതെ എല്ലാം ഓർത്ത് ഒന്നു ചിരിക്കാമെന്നു കരുതി. പക്ഷേ, എനിക്കതിലെ ഒറ്റ വരിപോലും തോന്നിയില്ല.

അതു മാത്രമേ, പക്ഷേ ഞാൻ മറന്നിട്ടുള്ളൂ. ബാക്കിയെല്ലാം എനിക്കു നല്ല ഓർമ്മയുണ്ട്. രാവിലെ എന്നും കല്ലുവെട്ടാമടയ്ക്കടുത്തുള്ള വഴിത്തിരിവിൽ കാത്തുനിന്നതും, പരീക്ഷയ്ക്ക് പഠിക്കുന്ന കാലത്ത് ഞാൻ തന്ന കുഞ്ഞുണ്ണിക്കവിത വായിച്ച് നീ കുടുകുടെ ചിരിച്ചതും പുതുമഴ നനഞ്ഞ് നീ പനിപിടിച്ചു കിടന്നതും (അന്നും നീ മട്ടുപ്പാവിൽ വന്നു നിന്നു), ഒരു വൈകുന്നേരം ഒന്നിച്ചു മടങ്ങുമ്പോൾ കാരണമൊന്നുമില്ലാതെ നിന്റെ കണ്ണുനിറഞ്ഞു തുളുമ്പിയതും.....

പിന്നെ, ചിരവനാക്കു ചെടികൾക്കിടയിലുള്ള നീണ്ട പാതയിൽ നമ്മുടെ യാത്ര അവസാനിക്കുന്നതുവരെ -

വാതിലിന്റെ കതകു ശബ്ദിച്ചുവോ? ഞാൻ കാതോർത്തു നോക്കട്ടെ.

ഇല്ല, ശബ്ദമൊന്നും കേൾക്കാനില്ല. എനിക്കു വെറുതെ തോന്നിയതാവും.

ഇന്നലെ രാത്രി, അപൂർണ്ണമായ കാൻവാസുകളൊക്കെയെടുത്ത് ഞാൻ തട്ടിൻപുറത്തേക്കിട്ടു. നിന്റെ ചിത്രമെഴുതാനുള്ള ശ്രമമായിരുന്നു അതിലൊക്കെയും. പകുതിയെത്തും മുമ്പേ അവയൊക്കെ ഞാനുപേക്ഷിക്കാൻ കാരണമെന്തായിരുന്നെന്നറിയുമോ? സുമറാണി, ഞാനറിയാതെ അവയൊക്കെ രുഗ്മിയുടെ ചിത്രങ്ങളായി മാറുകയായിരുന്നു.

*

ളികൊണ്ടു ചിരിക്കാറുണ്ടല്ലോ. നിന്നേപ്പോലെത്തന്നെ, കാരണമൊന്നു മില്ലാതെ നുറുങ്ങിവീഴുന്ന ആ ചിരിക്കുടുക്കകൾ. നോക്ക്, ഈ ഒറ്റവള എങ്ങനെ ചിരിക്കാനാണ് കൂട്ടുകാരില്ലാതെ? നമുക്ക് ഈ കൈ വളകൾ കൊണ്ടു നിറയ്ക്കണം.

നിനക്ക് തീരെ ക്ഷമയില്ല, അതെ ഇവിടെത്തന്നെ നമുക്കലിഞ്ഞു ചേരാം. ഈ രാത്രിതന്നെ. അതിനുമുമ്പ്, ഹൗ, വല്ലാതെ ഉഷ്ണിക്കുന്നു. കരിമ്പടംപോലെ നമ്മെ പുതപ്പിക്കുന്ന ഈ മുടിയൊന്നു കെട്ടിവെക്കൂ, വേഗം.

* * * * *

വളരെ വൈകിയാണ് ഉണർന്നത്. അപ്പോൾ എന്റെ അരികെ ആരു മില്ല. എഴുന്നേറ്റ് ആദ്യം നോക്കിയത് സുമറാണിയുടെ ചിത്രത്തിലാണ്.

പൊടുന്നനെ ഞാൻ ശ്രദ്ധിച്ചു. അവളുടെ കാലിൽ പാദസരങ്ങളില്ല. ആരോ തൊട്ടുമുമ്പ് അഴിച്ചെടുത്തുകൊണ്ടുപോയതുപോലെ. അവിടെ വെളുത്ത പാട് ശേഷിക്കുന്നു.

വിശ്വാസം വരാതെ അടുത്തുചെന്നു നോക്കിയപ്പോൾ ഒന്നുകൂടി അറിഞ്ഞു. അവളുടെ കൈയിൽ മൂന്നു വളകളേയുള്ളൂ. ഒന്ന് നഷ്ട പ്പെട്ടിരിക്കുന്നു.

കോണിപ്പടികൾ ചാടിയിറങ്ങി ഞാൻ രുഗ്മിയുടെ അടുത്തുചെന്നു. പക്ഷേ, അവളെ കണ്ടപ്പോൾ എനിക്കെന്തോ, ഒന്നും പറയാൻ കഴി ഞ്ഞില്ല. ഞാൻ തിരിച്ച് ഇറയത്തേക്കു നടന്നു.

പല്ലു തേപ്പു കഴിഞ്ഞ് വീണ്ടും അടുക്കളയിലെത്തി. സാധാരണ യായി അപ്പോൾ കിഴക്കോട്ടു തിരിച്ച് ഒരു പലക വെച്ചിട്ടുണ്ടാവും രുഗ് മി. അതിനു മുമ്പിൽ എനിക്കു സേവിക്കേണ്ട കഷായവും. 'അച്യുത നന്ദഗോവിന്ദ' ഞാനിരിക്കുമ്പോൾ അവൾ മന്ത്രമോർമിപ്പിക്കും. ഒന്നും കാണാഞ്ഞ് ഞാൻ രുഗ്മിയെ പകച്ചുനോക്കി.

കാപ്പി ആറ്റുന്നതിനിടയ്ക്ക് പാദസരത്തിന്റെ നേരിയ കിലുക്കവു മായി അവളെന്റെ അടുത്തു വന്നുനിന്നു. പിന്നെ വല്ലാത്ത ഒരു ചിരി യോടെ പറഞ്ഞു.

ഏട്ടന്റെ ദണ്ണൊക്കെ മാറില്ല്യേ. ഇനി മരുന്നൊന്നും വേണ്ട.

അഗ്നിമീളേ പുരോഹിതം

ടി.പി കിഷോർ

സുരതം കഴിഞ്ഞുള്ള സുഖകരമായ ആലസ്യത്തിലെന്ന പോലെ തളർന്നുകിടക്കുന്ന പരിസരം. കൗമാരക്കാരന്റെ ജിജ്ഞാസയായിരുന്നു ചന്ദ്രന്.

ഇരുമ്പിന്റെ പ്രൗഢിയിൽ കപ്പി കരഞ്ഞപ്പോൾ തുരുമ്പിന്റെ ഗന്ധം പകർന്നു പരിസരം ഉണർന്നു.

പ്രവർത്തനനിരതനായ ഉപവീതിയുടെ ദേഹത്തിലെ മാംസം വലിഞ്ഞു. സിരകൾ മുറുകി. തപിച്ചുതുടങ്ങിയ രക്തത്തിൽ തണുപ്പ് അലിഞ്ഞലിഞ്ഞ് ഇല്ലാതായി. എങ്കിലും ബോളിയുടെ നിറമുള്ള അയഞ്ഞ വിജനമായ നെഞ്ചിൽ മുലഞെട്ടുകൾ വിജൃംഭിച്ചുതന്നെ നിന്നു. ബ്രഹ്മസൂത്രം വിറങ്ങലിച്ചും

അകലെ എവിടെയോ യാമക്കോഴി കരഞ്ഞു.

'റ' വെട്ടിയ കുടുമയെ നനച്ച് നെറ്റി വഴി, നെഞ്ചുവഴി അഗാധമായ പൊക്കിൾക്കുഴിയിലൂടെ കിണറ്റുവെള്ളം താഴേക്കൊഴുകി. തരിശുഭൂമികളായ കാരണം പ്രവാഹം സുഗമമായിരുന്നു. മഞ്ഞൾക്കറ പിടിച്ച് കരിങ്കൽത്തറയിൽ തളം കെട്ടുമ്പോൾ വെള്ളം, നഷ്ടമായ കന്യകാത്വത്തിൽ വിതുമ്പിയിരുന്നു.

പൂണൂലിലെ വെള്ളം എറ്റിവീഴ്ത്തി ചിത്തരവദ്ധ്യാർ ചാവടിയിലേക്കു കയറി. നനച്ച വിഭൂതിയിൽ ചാലിച്ച വിരലുകൾ വിദഗ്ദ്ധമായി ചലിച്ചു. നിമിഷങ്ങൾക്കകം നെറ്റിയിലും നെഞ്ചത്തും അടിവയറിലും കൈത്തണ്ടയിലും എല്ലാം അണ്ണാൻവരകൾ തെളിഞ്ഞു. മുറിക്കുള്ളിൽ കോടിമുണ്ടിന്റെ കൂറമണം നിറഞ്ഞു.

പൂജാമുറിയിൽ നിന്നും പുറത്തുവരുമ്പോൾ ബ്രഹ്മതേജസ്സ് പൂർണ്ണമായിരുന്നു.

ടേയ്, വൈകുണ്ഠം–

എന്നാ അപ്പാ?

ഞാൻ മഠത്തുക്കു പോട്ടുമാ? നീ കുളിച്ച ഉടനേ വന്തുടുവായ് അല്ലവാ?

ആട്ടും.

ഭജനമഠത്തിലേയ്ക്ക് തിരക്കിട്ടു നടക്കുമ്പോൾ നെഞ്ചിലെ നിമ്നോന്നതങ്ങളിൽ അധ്വാനത്തിന്റെ ബദ്ധപ്പാടിന്റെ പ്രതീകങ്ങളെന്നോണ ജലകണങ്ങൾ പൊടിഞ്ഞു.

സ്വച്ഛമായ അഗ്രഹാരം. കിടന്നുറങ്ങാൻ മാത്രം ശുദ്ധമായ നിരത്ത്.

അലുമിനിയം പെയിന്റടിച്ച മുളയഴികൾക്കു മുകളിൽ തണുത്തുറഞ്ഞ ദാരു ശില്പങ്ങൾ, വായ പൊളിച്ച വ്യാഘ്ര മുറം. ഉള്ളിൽ കുറുകുന്ന അമ്പലപ്രാവുകൾ. മൂന്നോളം ഭാഷകളിൽ ഭജനമഠമെന്നു രേഖപ്പെടുത്തിയിരിക്കുന്ന ദ്രവിച്ചു തുടങ്ങിയ പലക. ശില്പഭംഗിയുള്ള കതകിൽ ക്ലാവിന്റെ പച്ചകുത്തിയ കനത്ത വിജാഗിരികൾ. കതകു തുറന്നപ്പോൾ ചെമ്പുമണികൾ കിണുങ്ങി. അകിലിന്റെയും ചന്ദനത്തിന്റെയും ഗന്ധം അതിഥിയെ പുണർന്നു. അമ്പലപ്രാവുകൾ കൂട്ടം ചേർന്നു മാത്സര്യത്തോടെ കുറുകി,

തിരക്കുപിടിച്ച് ഓടിവന്ന യുവത്വത്തിന്റെ മുഖത്ത് ആദരവു പരന്നു. കറ പുരണ്ട കാൻവാസ് സഞ്ചി ചുവരിലേയ്ക്കു ചാരിവെച്ചു കൊണ്ടു ചിത്തിര വാദ്ധ്യാർ ചോദിച്ചു.

എന്നാ വെങ്കിടീ, എല്ലാം ശരിപ്പെടുത്തീരുക്കയാ?

റെഡി, ബോസ്.

റെറ്റ്. പാനയിലെ വെള്ളം നിറച്ചു വച്ചിരുക്കയാ?

വീണ്ടും തലകുലുക്കിയ ശിഷ്യനെ ചിത്തിരവാദ്ധ്യാർ അഭിനന്ദിച്ചു.

അടേയ്, കെട്ടിക്കാറൻ! കറക്റ്റാ ടൈം ചൊല്ലൂ, പാപ്പോം–

ആഞ്ചടിക്കറാൻ.

ഇമ്പടത്താനേ? എല്ലാരുട്ടെയും ആറുക്കാക്കു വരച്ചൊല്ലീരുക്കേൻ.

അപ്പടി ചൊന്നാത്താൻ ഏഴുക്കാവതുവരുവാ,

ആ, അതുതാൻ പോയന്റ്.

ഗുരുവിന്റെ അഭിനന്ദന സുഖത്തിൽ വെങ്കിടിയുടെ കണ്ണുകൾ നിർവൃതിയടഞ്ഞു. സ്വതേ നീണ്ട കഴുഞ്ഞ് ഒന്നു കൂടി നീളം വച്ചു.

ടേയ്, മാക്കോലം* പോട്ടിരുക്കയാ?

ചിത്തിരവാദ്ധ്യാർ കുടുമ്മ അഴിച്ചു കെട്ടിയപ്പോൾ മുടിക്കുള്ളിൽ സുഖവാസം നയിച്ചിരുന്ന തുളസിയിലകൾ അനാഥമായി.

പോട്ടിരുക്കേനേ,

ആര്, നീ താനാ?

** അരിമാവിലുള്ള കോലം*

അല്ല, ചിന്നപ്പൊൺ

ഭേഷ്.

അരിമാവിലുള്ള ചതുഷ്കോണമായ കോലത്തിനു മുകളിൽ നിരത്തിയിരുന്ന ഇഷ്ടികകൾക്കു പുറത്തു പനവട്ടിയിലെ ഉമി നിരത്തുമ്പോൾ ചിത്തിര വാദ്ധ്യാരുടെ അയഞ്ഞ മുലകൽ തിരുവാതിര കളിച്ചു. വെങ്കടി കൗതുകത്തോടെ നോക്കി. കരിങ്കൽത്തൂണുകളിലെ പന്തണിക്കൊങ്കകളായ ദേവനർത്തകികൾപോലും സ്വന്തം ഗുരുവിന്റെ മുമ്പിൽ വെറും ചിമിഴുകളാണെന്ന് ആ ഉത്തമശിഷ്യനു തോന്നി.

ചാണകവറളിയും പ്ലാശിൻ കമ്പുകളും ചാതുര്യത്തോടെ അടക്കിയിരുന്ന ഹോതാവിന്റെ ശബ്ദം തുടർന്നുകേട്ടു.

എന്നടാ, പൊൺപൊരുവൈ എവിടം വരെ ആച്ച്?

വെങ്കടി പ്രതിവചിച്ചില്ല.

അതും പാടുക്കു നടക്കറത്, അല്ലവാ?

വെങ്കടി ഒരിക്കൽക്കൂടി മൗനിയായി.

പൊന്നുച്ചിത്തിയോട്, പൊണ്ണെയും വിട്ടുട്ടയാ?

അപ്പടിയൊന്നുമില്ലെ

വെങ്കടിയുടെ മുഖത്തു ജാള്യത പരന്നു.

എന്നടാ സൗന്ദര്യം പിടിക്കലയാ?

കണ്ണിലേയ്ക്കു വളഞ്ഞിറങ്ങിയ പുരികം വകത്തൊതുക്കി ചിത്തിരവാദ്ധ്യാർ ശിഷ്യനെ നോക്കി,

വാതില്ക്കൽ കാൽപ്പെരുമാറ്റം കേട്ടു. പരിസരത്തിനും മേദസ്സു പകർന്നുകൊണ്ടു കുറേയധികം ഭൂമിദേവമാർ കടന്നുവന്നു. ആദരവു കലർന്ന അഭിവാദനങ്ങൾ സ്വീകരിക്കുമ്പോൾ ചിത്തിരവാദ്ധ്യാർ വാചാലനായി.

വരണം, നാരായണയ്യർ വരണം, ഇരിക്കണം.

പുരോഹിതന്റെ മുമ്പിൽ, സങ്കരവർഗ്ഗത്തിൽപ്പെട്ട വിത്തുകാളയെപ്പോലെ വളരെ പ്രയാസപ്പെട്ടുകൊണ്ടാണെങ്കിലും ഇരിക്കുമ്പോൾ നാരായണയ്യർ പറഞ്ഞു:

ശിഷ്യനുക്കു പൊൺപാരുക്കെ ഗുരുതാൻ വേണം പോലിരുക്ക്

അതെന്നാ?

ചിത്തിര വാദ്ധ്യാരുടെ സൃഗാലനേത്രങ്ങളെ ഒന്നുകൂടി സൂക്ഷ്മമാക്കി കവിളിലെ ദശകൾ വലിഞ്ഞു.

അവനുക്കു ജോലിയുള്ള പൊണ്ണെ പോരുമാം.

ഭേഷ്, രൊമ്പ ഭേഷ്

ചിത്തിരവാദ്ധ്യാർ രസിച്ചു ചിരിച്ചു.

അവനെ എന്നുത്തുക്കു ചൊല്ലണം നാരായണയ്യർ? വീണ്ടുവിചാരമാചിന്തിക്കറാൻ. രണ്ടു വർഷം കഴഞ്ചാച്ച്ന്നാ 'കാച്ചുപ്പീച്ചിനെ' അഴത്തുടങ്കാതാ?

ചിത്തിരവാദ്ധ്യാരുടെ ഫലിതം അംഗീകരിക്കപ്പെട്ടമട്ടിൽ മുറിയാകെ കൂട്ടച്ചിരി മുഴങ്ങി. കല്യാണം കഴിഞ്ഞാൽ പിന്നെ, കുഞ്ഞുകുട്ടി പരാ

ധീനനാകയില്ലേ, എന്ന്? വെങ്കടി നാണിച്ചു. പുരോഹിതൻ പെട്ടെന്നു ഗൗരവക്കാരനായി.

വെങ്കടീ, വൈകുണ്ഠത്തെ കൂപ്പിടെടാ. കനൽകൊണ്ടുവര ചൊല്ലു നേരമാകറത്, എന്നാ, ചിദംബരം?

പൂണൂൽവേണം.

ആഞ്ഞുക്കു കൊടുത്തനപ്പീരുന്തനേ?

ചിദംബരമെന്ന ചെറുപ്പക്കാരൻ ഒന്നു വിളറി

വേറെ തറേൻ. പ്രയാസമില്ലെ. എന്നാൽ പൂണുലെങ്കറ സാധനം മാനത്തിലേന്തു പൊട്ടിയൊന്നും വിഴുന്തുടാതു എന്നൊരു നെനവിരു ന്താൽ തേവലൈ.

ചെറുപ്പക്കാരൻ ഇളിഭ്യതയോടെ ചിരിച്ചു. ചിത്തിരവാദ്ധ്യാരുടെ സ്വരം വീണ്ടും കേട്ടു:

യജ്ഞോപവീതം മാറ്റാർത്തുക്കുള്ളവാ മണ്ഡപത്തുക്കു പോയുങ്കോ.

വിളർത്ത പൂണൂലുകൾ. കറുത്തതും വെളുത്തതും മെലിഞ്ഞതും മേദസ്സുകയറിയതും എല്ലാം തിരക്കുകൂട്ടി. ചിത്തിരവാദ്ധ്യാർ പൊക്കിൾ ക്കുഴിയിൽ കുഞ്ഞുവിരലും തുരുകി തയ്യാറെടുത്തുനിന്നു.

ഓ അച്യുതായനമഹ.....

എല്ലാവരും രണ്ടുതവണ ആചമനം കഴിയുങ്കോ.

ശുക്ലാംബരധരം വിഷ്ണും ശശി വരണ്ണം ചതുർഭുജം

പ്രസന്നവദനം ധ്യായേത്

സർവ വിഘ്നോപശാന്തയേ....

ചുരുട്ടിയ മുഷ്ടികൾ ശിരസ്സുകളിൽ സ്പന്ദിച്ചു. പഞ്ചപാത്രങ്ങൾ ശബ്ദിച്ചു. നരച്ച പൂണുലുകൾ ഭുജങ്ങളിൽ ഇടത്തും വലത്തും മാറി മാറി സഞ്ചരിച്ചു. പിന്നെ, പുതിയ അതിഥിക്കു വഴി മാറിക്കൊടുത്തു.

മണ്ഡപത്തിൽ തിരക്കൊഴിഞ്ഞപ്പോൾ ഉണങ്ങിക്കിടന്ന തറ നന ഞ്ഞു കുളിർത്തിരുന്നു. അങ്ങും മിങ്ങും ചിതറിക്കിടന്ന എള്ളും, കുതി ർത്ത പച്ചരിയും അശരണരെപ്പോലെ ഭാവിച്ചു.

വെങ്കടീ. പുതിശാ വറവാളെ പുണൂൽ മാറ്റ മന്ത്രം ചൊല്ലിക്കൊടുത്തു ഹാളിലെ ചൊല്ലി വിട്ടാ.

ചിത്തിരവാദ്ധ്യാർ ശിഷ്യനെ ചുമതലപ്പെടുത്തി, വെങ്കടി തലകുലു ക്കി. വൈകുണ്ഠമെങ്കടാ?

ഞാനിങ്കെ ഇരുക്കേൻ.

തലയാവണിയാവട്ടക്കാരെ* മിന്നാലെ ഇരുത്ത്, എന്നാ?

** പെണ്ണുകാണൽ*

** ഉപനയനത്തിനുശേഷം ആദ്യമായി ആവണി അവിട്ടം കഴിക്കുന്നവർ*

ആവണിയവിട്ടം: പ്രതിവർഷം ചിങ്ങമാസ പൗർണമിദിവസം ബ്രാഹ്മണർ ഗുരുമുഖമായി വേദാധ്യായനം തുടങ്ങുന്ന കർമ്മം

ചിത്തിരവാദ്ധ്യാർ മുറിയിലേയ്ക്കു വന്നപ്പോൾ ഒച്ചവച്ചിരുന്ന വാഗിന്ദ്രിയങ്ങൾ നിശ്ശബ്ദമായി, പുരോഹിതൻ, ഭൂമിയിലെ ദൈവം–

ദൈവം പലകയിലിരുന്നു കഴിഞ്ഞപ്പോൾ 'മതി ബഹുമാന'മെന്ന മട്ടിൽ വാഗിന്ദ്രിയങ്ങൾ വീണ്ടും ചർച്ച തുടങ്ങി. സെക്രട്ടേറിയറ്റിലെ ഗണപതിയുടെ പ്രമോഷൻ; ക്രൈംബ്രാഞ്ച് ഡി.ഐ.ജി ശങ്കരമ്മാമാവിന്റെ പെൻഷൻ; വെങ്കട്ടരാഘവന്റെ ബൗളിംങ് അനാലിസിസ്; ഏതോ വിശ്വകർമ്മജനുമൊത്തു'ശിവയ്യരുടയപൊൺ' വള്ളിക്കുട്ടിയുടെ എലോപ്മെന്റ്; അഖണ്ഡസഹസ്രസനാമയജ്ഞം; യാദവമന്ദിരത്തിലെ സ്വാമി വൈഷ്ണവന്റെ ഭാഗവത പ്രഭാഷണം– പ്രബുദ്ധരും വാചാലരുമായ വാഗിന്ദ്രിയങ്ങൾക്ക് ഒരിക്കലും വിഷയദാരിദ്യം അനുഭവപ്പെട്ടില്ല.

നിമിഷങ്ങൾക്കുള്ളിൽ ഹോമകുണ്ഡത്തിനു ജീവൻ വെച്ചു. പ്ലാശും ചാണകവറളിയും എരിച്ചുവിട്ട പുകപടലങ്ങൾ രാക്ഷസീയാകൃതികളിൽ മുകളിലേയ്ക്കുയർന്നു. അഗ്നി ഉദയസൂര്യനിലേയ്ക്കു പടരാൻ വെമ്പി.

കിഴക്കു നോക്കി കണ്ണടച്ചു കിടന്ന നാക്കിലകളിൽ വെള്ളപ്പച്ചരി നിരന്നു. സിന്ദൂരക്കുറിയണിഞ്ഞചെമ്പുകൾ സ്വർണ്ണംപോലെ തിളങ്ങി, അങ്ങിങ്ങു ചിതറിക്കിടന്ന ദർഭകൾ പ്രാരബ്ധരെപ്പോലെ വിതുമ്പി, തലയാവണിയവിട്ടക്കാർ, മാണികൾ കൊണ്ടുവന്ന അപ്പവും, അതിരസവും സ്വൈരിണികളെപ്പോലെ കണ്ണു ചലിപ്പിച്ചു.

ഹാൾ പെട്ടെന്നു നിശ്ശബ്ദമായി

പെരിയവർ–

ആരോ പറഞ്ഞു:

തൊണ്ണൂറ്റിയേഴു വയസ്സിനുള്ളിൽ തൊണ്ണൂറോളം ആവണിയവിട്ടങ്ങൾ ദർശിച്ചു കഴിഞ്ഞ ദേഹം. പുരോഹിത പാരമ്പര്യമുള്ള കുടുംബത്തിലെ ഏറ്റവും പ്രായം ചെന്ന വ്യക്തി. സമുദായത്തിൽ ശ്രേഷ്ഠൻ. ചിത്തിരവാദ്ധ്യാരുടെ സ്വന്തം ജ്യേഷ്ഠൻ. പണ്ഡിതൻ. ജ്ഞാനി. ക്ലിന്നാക്ഷൻ. ക്ലിഷ്ടൻ – പെരിയവർ.

കൊടിനടുവും പോർകൊങ്കകളുമായി നിന്ന ശിലാനർത്തകികളെ മോഹിപ്പിച്ചു പെരിയവർ കടന്നുവന്നു, ഒരു അപ്പൂപ്പൻതാടി പോലെ ദശമീസ്ഥന്റെ തേജസ്സിൽ പരിസരം വിളങ്ങി. നമിക്കുന്നവരെ അനുഗ്രഹിക്കുമ്പോൾ മോതിരവിരലിലെ കനത്ത പവൻ മോതിരത്തിന്റെ ഭാരംപോലും താങ്ങാനാവാതെ ആ കൈകൾ വിറയ്ക്കുന്നുണ്ടായിരുന്നു. പെരിയവരുടെ ജ്യേഷ്ഠത്തി, ചെല്ലിപ്പാട്ടി പറയുന്നതനുസരിച്ചാണെങ്കിൽ പെരിയവർ മുൻ ജന്മത്തിൽ മാർജ്ജാരത്തെ കൊന്നിട്ടല്ലേ? അല്ലെങ്കിൽ പാട്ടിയുടെ കൈ വിറക്കാത്തതെന്തേ?

തലയാവണിയാവട്ടക്കാരെല്ലാം അണ്ണാവെ നമസ്കരിയുങ്കോടാ.

ചിത്തിരവാദ്ധ്യാർ പറഞ്ഞു:

കരിയെഴുതിയ കണ്ണുകളും ചോരച്ചുണ്ടുകളും, പച്ചഞരമ്പുപിടിച്ച വിളർത്ത മാറിടങ്ങളുമുള്ള കുറേയധികം ദേഹങ്ങൾ അറച്ചറച്ചു നീങ്ങി. ഒന്നൊന്നായി അവ നിമിഷങ്ങളോളം പെരിയവരുടെ മുന്നിൽ

ചലനമറ്റു കിടന്നു.

പെരുയവരുടെ ജരബാധിച്ച, പച്ചകുത്തിയ കരങ്ങൾ വാത്സല്യം പൊഴിച്ചു. പക്ഷേ, മാണികളുടെ മുഖത്ത് അക്ഷമയായിരുന്നു. വെള്ളി ക്കിണ്ണങ്ങളിലിരുന്ന് അപ്പവും അതിരസവും അവരെ വശീകരിച്ചു. പെരിയവരുടെ ക്ഷീണിച്ച നാവ് വിറപദങ്ങളുതിർത്തുവിട്ടു.

ജനുഭ്യാ തഥാ പദ്ഭ്യാം
പാണിഭ്യാമുരസാ ധിയാ
ശിരസ്സാ വചസ്സാ ദൃഷ്ട്യാ
പ്രണാമോ ഷ്ടാംഗ ഇരിതഃ

മാണികൾ അന്തിച്ചു. രക്ഷാകർത്താക്കളുടെ മുഖങ്ങളിൽ ആദരവു പകർന്നുകൊണ്ട് പെരിയവർ വിശദീകരിച്ചു:

അഷ്ടാംഗഹൃദയത്തിലെ സാഷ്ടാംഗസമസ്കാരത്തുക്കുള്ള ശ്ലോക മാക്കും. പാദം, കൈ, നെഞ്ച്, കാൽമുട്ട്, തലൈ, കണ്ണ്. മനസ്സ്, വാക്ക് ഇപ്പടി ഉടമ്പിലെ അഷ്ടാംഗങ്ങളും നിലംതൊടണം എന്നർഥം- സാഷ്ടാം ഗമാ നമസ്കരിക്കാത്തെ.

അണ്ണാ, ഇരുന്തു പേശുങ്കോളേൻ.

ചിത്തിരവാദ്ധ്യാർ ജ്യേഷ്ഠനെ പീഠത്തിലിരുത്തി.

ഹാൾ നിശ്ശബ്ദമായി. വെള്ളിക്കിണ്ണത്തിലെ നെയ്യുതിന്ന് അഗ്നിക്കു ശിഖവെച്ചു. ദിവ്യത്വമുള്ള പുക പുറത്തേയ്ക്കു വഴിയും തേടി നിന്നു. ദേവവാണി ബ്രാഹ്മണ്യത്തിന്റെ പ്രൗഢിയിൽ പുനർജന്മമെടുത്തു. ഉറച്ച സ്വരത്തിൽ ഈണത്തോടെ ചിത്തിരവാദ്ധ്യാർ നീട്ടിച്ചൊല്ലി:

ഗോവിന്ദനാമ സങ്കീർത്തനം....

മണികണ്ഠങ്ങൾ ഏറ്റുചൊല്ലി:

ഗോവിന്ദാ, ഗോവിന്ദാ....

ശുക്ലാംബരധരം വിഷ്ണും....

പുരോഹിതൻ തുടർന്നു. നിർത്തി നിർത്തി, പദാനുപദമായി മണി കണ്ഠങ്ങൾ ആവർത്തിച്ചു.

അതല്ല, വിതല്ല, സുതല, രസാതല. തലാതല, മഹാതല, പാതാളാ ഖ്യാ. ലോകസപ്തകസ്യ ഉപരിതലേ നിവാസഭൂതേ.

ശ്രാവണമാസേ ശുക്ലപക്ഷേ, പൗർണ്ണമാസ്യാം ശുഭതിഥൗ, ശുഭ യോഗ, ശുഭകരണ, ഏവം ഗുണ, വിശേഷണ-

ദേവവാണി ജ്വലിച്ചു. ജീവാക്ഷരങ്ങൾ തുടിച്ചു. ബ്രാഹ്മണം ഗർ ജ്ജിച്ചു. ചുവരിലെ മാളങ്ങളിലിരുന്ന് മക്കുണങ്ങൾ ഞെളിപിരികൊണ്ടു. നിലല്പില്ലാതെ അവ പടയോട്ടം തുടങ്ങി.

അശ്വത്ഥനാരായണ സന്നിധൗ,
ദേവബ്രാഹ്മണ സന്നിധൗ,
ത്രയസ്ത്രിം ശത്കോടി ദേവതാ സന്നിധൗ
ശ്രീ വിശാലാക്ഷീ സമേത വിഘ്നേശ്വര സ്വാമി സന്നിധൗ,
മഹാഗണപതി സന്നിധൗ,
സീതാലക്ഷ്മണ ഭരത ശത്രുഘ്ന

ഹനുമത്സമേത ശ്രീരാമചന്ദ്രസ്വാമി സന്നിധൗ,
ശ്രീ രുഗ്മിണി സത്യഭാമാസമതേ-
ശ്രീ ഗോപാലകൃഷ്ണ സ്വാമി സന്നിധൗ,
ഹരിഹരപുത്ര സ്വാമി സന്നിധൗ
ശ്രീ ലക്ഷ്മീനാരായണ സ്വാമി സന്നിധൗ
വല്ലീ ദേവസേനാ സമേത ശ്രീ സുബ്രഹ്മണ്യസ്വാമി സന്നിധൗ,
ശ്രാവണ്യാം.
പൗർണമാസ്യം,
അദ്ധ്യായോപകർമ്മ കരിഷ്യേ.
പുണ്യകാലേ,
മഹാനദ്യാം
സ്നാനമഹം കരിഷ്യേ.

ചണനാരിൽ ബന്ധിച്ച താളിയോല ഗ്രന്ഥം മടക്കിവെച്ച് ചിത്തിര വാദ്ധ്യാർ പറഞ്ഞു:

ഇനി സ്നാനം. വേണംന്നുള്ളവാളുക്കുപോയി കുളിച്ചിട്ടു വരലാം. പത്തുമിനിട്ടിലെ വന്തുടണം.

കുളിച്ചവരും, കുളിച്ചവരെന്നു നടിച്ചവരും ചേരിചേരാനയക്കാരും പുതിയ ഉണർവ്വോടെ മടങ്ങിയെത്തി, വെള്ളമിറ്റുവീഴുന്ന കുടുമ്മ അഴിച്ചു കെട്ടി ചിത്തിരവാദ്ധ്യാർ തിരക്കുകൂട്ടി.

ഹ്രസ്വമല്ലാത്ത കാലയളവിനുശേഷം മന്ത്രോച്ചാരണം നിലയ്ക്കുമ്പോൾ പല മുഖങ്ങളിലും എണ്ണമയം പടർന്നിരുന്നു. പുകയേറ്റ് കണ്ണുകൾ ചുമന്നും

പത്തനാവൽ നില്ല്ടാ, വണ്ടീലെ പോലാം. ഞാൻ ഡ്രോപ് ചെയ്യറേൻ.

സങ്കരവർഗ്ഗത്തിൽപ്പെട്ട വിത്തുകാളയെപ്പോലെ വളരെ പ്രയാസപ്പെട്ടുകൊണ്ടാണെങ്കിലും എഴുന്നേറ്റുകൊണ്ട് നാരായണയ്യർ പറഞ്ഞു:

ചിത്തിരവാദ്ധ്യാരുടെ മുഖം പ്രസന്നമായിരുന്നു. വെറ്റിലയ്ക്കും കളിയടക്കയ്ക്കുമൊപ്പം ഒന്നിന്റെയും, രണ്ടിന്റെയും അപൂർവ്വമായി അഞ്ചിന്റെയും കറൻസികൾ അദ്ദേഹത്തിന്റെ മുമ്പിൽ കുന്നുകൂടി.

ഉച്ഛ്വാസവായുവിലും, ദുർമ്മുഖ ചിന്തകളിലും, തെറ്റിച്ച മന്ത്രോച്ചാരണങ്ങളിലും ഭജനമഠത്തെ മലിനമാക്കി ഉപവീതികൾ പിരിഞ്ഞു പോയി.

വാതായനങ്ങളിലൂടെ കടന്നുവന്ന സൂര്യരശ്മികൾ അനാഥമായ തറയിൽ വികല ചിത്രങ്ങൾ വരച്ച് സംതൃപ്തി നേടി. ഹോമകുണ്ഡത്തിൽ ഇഷ്ടികകൾ തിളച്ചു കിടന്നു. ഉമി നീറി ഇല്ലാതായി. അങ്ങിങ്ങ് നെയ്യുറുമ്പുകൾ പദയാത്ര നടത്തി. അവിടെയുമിവിടെയും ചിതറിക്കിടന്ന എള്ളിനും പച്ചരിക്കും ചൂണ്ടൽത്തരികൾക്കുമായി ബലിക്കാക്കകൾ ഒറ്റക്കാലിൽ ചാടി നടന്നു. പിതൃദൂതന്മാരെന്ന ഭാവമായിരുന്നു അവറ്റയ്ക്ക്.

ദക്ഷിണ കിട്ടിയ കറൻസികൾ വേർതിരിക്കുന്ന തിരക്കിലായിരുന്നു.

ചിത്തിരവാദ്ധ്യാർ. തിരക്കിട്ടു കടന്നുവന്ന വെങ്കടിയോട് അദ്ദേഹം പറഞ്ഞു.

ആകെമൊത്തം അഞ്ചുറ്റിനാല്പതു രൂപായ്.

കൊള്ളാമേ, പോന തവണൈ കിട്ടമട്ടെ അഞ്ഞൂറു താനേ കിടച്ചിത്.

അതുക്കെന്നടാ, ഇന്നക്ക് ഒരു അഞ്ചൽ ക്ലാർക്കു വാങ്കറാനേടാ നാനൂറു രൂപായ്. അവൻ മുപ്പതു ദിനത്തുക്കു വാങ്കറാൻ. ഞാൻ മുന്നൂറ്ററുപതു ദിനത്തുക്കു വാങ്കറേൻ!

വെങ്കടി മൂകനായ്. സത്യം തന്നല്ലേ?

ഇതെന്നാ ഇത്രയും വെറ്റിലൈ വേറെ വച്ചിരുക്കേർ?

ചിത്തിരവാദ്ധ്യാർ കണ്ണിലേയ്ക്കു വളഞ്ഞിറങ്ങിയ പുരികം മാടിയൊതുക്കി, 'റ' വെട്ടിയ നെറ്റിയിൽ വിരലോടിക്കുമ്പോൾ നെറ്റി ചുളിഞ്ഞു.

അതെത്ര'പെട്ട'യിരുക്ക്, എണ്ണിപ്പാരേൻ?

വെങ്കടി ഈരണ്ടുവീതം എണ്ണിമാറ്റി.

പതിന്നാലിരുക്ക്,

അത്രയും കള്ളത്തുട്ടുകൾ–

കള്ളത്തുട്ടുകളോ?

ആമാം. കള്ളച്ചുട്ടുകൾ താൻ. താംബൂലം മാത്രമാ ദക്ഷിണതന്തിരുക്കാ.

അത്തപ്പാടികൾ ഇങ്ങനെയുമോ?

വെങ്കിടി വിഷണ്ണനായി. അവന്റെ ധാർമ്മികരോഷം വാക്കുകളിലൂടെ പുറത്തു വന്നു.

ഇതമ്പുടും ഞാൻ കളഞ്ചിടറേൻ.

വർഷം തോറും ആവണിയവിട്ടത്തിന്നു ദക്ഷിണയായി കിട്ടുന്ന വെറ്റില വിലയ്ക്കെടുക്കുന്ന മുറുക്കാൻ കടക്കാരൻ മണി അയ്യരെ ഉദ്ദേശിച്ച് അവർ തുടർന്നു.

മണിയണ്ണാ ബാക്കി വെറ്റിലൈ വിറ്റാപോരും.

ടേയ്

ചിത്തിരവാദ്ധ്യാരുടെ സ്വരം കനത്തു,

ഒരു വെറ്റിലയ്ക്ക് ഇന്നക്കെത്ര പൈസാതെരിയുമാ?

മൗനിയായ ശിഷ്യനെ വിജയഭാവത്തോടെ നോക്കി ചിത്തിരവാദ്ധ്യാർ തുടർന്നു:

രണ്ടു പൈസ, പതിന്നാലു'പെട്ട'യാ കറത്തെ ഇരുപത്തെട്ടു വെറ്റിലൈ, അമ്പത്താറുപൈസ. ചുമ്മാ കളയണമാ?

ആനാലും–

വെങ്കടിക്കു വിട്ടുകൊടുക്കാൻ മനസ്സുവന്നില്ല.

ആനിലും കീനാലും ഒന്നുമില്ലെ, എന്നവാ അവകിട്ടെ കാശില്ലെ, അതിനാലെതല്ലെ, അവളവുതാൻ. അതിരുക്കട്ടും, വേറെത്രപേർ വെത്തിലപാക്കുപോലും തരാമെ പേയിട്ടാ തെരിയുമാ?

പുതിയ അറിവുകൾ! വെങ്കിടി വാ പൊളിച്ചു, തട്ടിന്റെ മുകളിൽ

അമ്പലപ്രാവുകൾ കൂട്ടമായി കുറുകി.

ചിത്തിരവാദ്ധ്യാർ ശിഷ്യന്റെ തോളത്തു തട്ടി സ്നേഹമസൃണമായ സ്വരത്തിൽ പറഞ്ഞു:

എനക്കു കവലൈ ഇല്ലൈ വെങ്കടീ നമ്മ വർഗ്ഗം ജീവിക്ക പഠിക്കറ തുടാ. കുളിച്ചു ശുദ്ധമാ മൊയലെപ്പോലെ മാളത്തുക്കുള്ളെ ഇരുന്തുട്ടു എന്ന പുണ്യംണ്ടാ? ഇന്തകാലത്തിലെ ഹിരണ്യൻ നാട്ടിലെ പോനാക്കാ ഹിരണ്യായ നമ ചൊല്ലണം. നീയും ചൊല്ലണം, ഞാനും ചൊല്ലണം, എങ്ക അണ്ണാവും ചൊല്ലണം.

വെങ്കടി ആദരവോടെ കേട്ടിരുന്നു.

പോടാ കാക്കകൾ.

പിതൃദൂതന്മാരെ വിരട്ടിയോടിക്കുമ്പോൾ പുരോഹിതന്റെ വയറ് കലഹിച്ചു തുടങ്ങിയിരുന്നു. ബ്രഹ്മമുഹൂർത്തത്തിൽ പ്രവർത്തന ക്ഷമമായ ദേഹം ഇത്ര നേരമായിട്ടും ജലപാനം കഴിച്ചിരുന്നില്ല.

വെങ്കടീ കതകു നീ പൂട്ടിപ്പോയ് അല്ലവാ?

ആട്ടും.

കറപിടിച്ച കാൻവാസ് സഞ്ചിയുമെടുത്ത് ചിത്തിരവാദ്ധ്യാർ നിരത്തിലേക്കിറങ്ങി,.പഴുത്തുകിടക്കുന്ന നിരത്ത്. ഇരുവശത്തും വല്ലിപ്പായകളിൽ ഉണക്കാനിട്ടിരിക്കുന്ന നനവാർന്ന പപ്പടങ്ങൾ. സോഡാക്കാരത്തിന്റേയും ഉഴുന്നിന്റേയും സുഗന്ധം. ഉണർന്നുകഴിഞ്ഞു വീണ്ടും മയങ്ങിത്തുടങ്ങുന്ന അഗ്രഹാരം.

കരിങ്കൽത്തൊട്ടിയിൽ അഗ്രഹാരത്തിലെ ഗൃഹസ്ഥകളാരൊക്കെയോ കൊണ്ടൊഴിച്ച കാടിവെള്ളം കുടിച്ച്, തൃപ്തിയടഞ്ഞു നിന്ന പശുവിനെ വാത്സല്യത്തോടെ തട്ടി ചിത്തിരവാദ്ധ്യാർ വലിഞ്ഞുനടന്നു.

ചലനം

യു.കെ കുമാരൻ

മുളക്കഷ്ണങ്ങളും, കീറിയ പനമ്പുകളും ചിതറിക്കിടക്കുന്ന, പുതുതായി തുടങ്ങുവാൻ പോകുന്ന സിനിമാ ടാക്കീസിന്റെ മുമ്പിൽ അൽപനേരം നിന്നു.

വീണ്ടും നടന്നു.

കാലുകൾക്ക് തളർച്ചയുണ്ടായിരുന്നു, മനസ്സിനു ക്ഷീണവും.

മരിക്കാൻ പോകുന്ന പകൽവെളിച്ചത്തിൽ മുങ്ങിനിൽക്കുന്ന അരയാൽത്തറയുടെ സമീപമെത്തിയപ്പോൾ ഇരുന്നു. വെളുത്തു മെലിഞ്ഞ ശാന്തിക്കാരൻ എമ്പ്രാന്തിരി സന്ധ്യവിളക്കു കൊളുത്താൻ കൽവിളക്കിൽ വെളിച്ചെണ്ണ ഒഴിക്കുന്നത് കണ്ടു.

ചുറ്റമ്പലത്തിന്റെ ഈർക്കിലുകൾ മാത്രം അവശേഷിക്കുന്ന മേൽപുരയിലേക്കും പണ്ടെന്നോ വെള്ളതേച്ച ചുമരിൽ മഴവെള്ളം അരിച്ചിറങ്ങിയ ചെമന്ന പാടുകളിലും കണ്ണുകൾ തങ്ങിനിന്നു.

ആരെല്ലാമോ ധൃതിയിൽ അമ്പലമുറ്റത്തു വന്നു, ശ്രീകോവിലിന്റെ ഇരുണ്ട ഭാഗത്തേക്കു നോക്കി കൈകൂപ്പുന്നതു കണ്ടു. ശക്തിയുള്ള ദേവീപ്രതിഷ്ഠയാണ്.

ചെറുപ്പം മുതലേ കേൾക്കാൻ തുടങ്ങിയതാണ്.

ആശ്രിതന്മാർക്ക് ദേവി അഭയം നൽകുമത്രെ...

നൽകുമോ... അങ്ങിനെയാണെങ്കിൽ...?

മാരാർക്ക് ചിരിക്കാൻ തോന്നി.

മനക്കലെ വലിയ നമ്പൂതിരിയുടെ ദയകൊണ്ട് ശ്രീകോവിലിന്റെ മേൽപുര ചെമ്പുപലകയടിച്ചു. അല്ലെങ്കിൽ ദേവികൂടി മഴയത്തു നന

ഞ്ഞു കുളിച്ചേനേ.

മുരടിച്ചു നിൽക്കുന്ന ആൽമരത്തെക്കുറിച്ചും, പടവുകൾ ഇടിഞ്ഞു വീണ, പായൽനിറഞ്ഞ അമ്പലക്കുളത്തെക്കുറിച്ചും ചിന്തകൾ പാറി നടന്നു.

അപ്പോൾ എമ്പ്രാന്തിരിയുടെ സ്വരം കേട്ടു.

'മാരാരെന്താവ്ട നിക്കണ്...?'

'മാരാർ വേദനയോടെ ഒരു ദുഃഖസത്യത്തെക്കുറിച്ചോർത്തു- താൻ ഇവിടെ അപരിചിതനായിരുന്നു. പണ്ടു അമ്പലമുറ്റത്തിരുന്നായിരുന്നു കളി, ചുറ്റമ്പലത്തിന്റെ ചാണകം മെഴുകിയ വരാന്തയിലായിരുന്നു ഉറക്കം.'

ഇപ്പോൾ...? ഇപ്പോൾ....?

മാരാർ പറഞ്ഞു:

'വെറുതെ നടന്നു ക്ഷീണിച്ചപ്പം ഇവിടെ കയറിരുന്നു...'

'ങ് ഹാ- നേരുതന്നെ,' എമ്പ്രാന്തിരി സംഭാഷണം നീട്ടിക്കൊണ്ട് പോവാനുള്ള ഭാവമാണെന്നു തോന്നുന്നു.' പുതിയ സിനിമടാക്കീസ്സ് വരുന്നു പോലും 'മാരാരറിഞ്ഞോ?'

'വരുന്ന വഴി കണ്ടു....'

'കലി കാലന്നല്ലാതെന്താ പറേണ്ടത്?'

'എന്താത്?'

'പണ്ട് ഇച്ചുറ്റുപാടില് ചെണ്ട കൊട്ട് കേക്കുന്നത്, വൃശ്ചികം ഒന്നാന്തി ഇവിടെ വെച്ചിട്ടാ. അതിനുമ്പ് ഇവിടെയെങ്ങും ചെണ്ടകൊട്ടരുതെന്നാ പ്രമാണം...'

'ങ്ഹാ അതിന്ന്?'

'ഇന്നിപ്പം സിനിമക്കാര് ചെണ്ടേം കൊട്ടി ബോർഡും പിടിച്ചു ഇതിലൂടെ പോവൂലെ. ഭാഗോതി കോവിക്കേം ചെയ്യും. ഞാനോർത്തിരിക്യാ, കലികാലന്നല്ലാതെന്താ പറേണ്ടത്.'

മാരാർക്ക് ഭഗവതിയുടെ കോപത്തെക്കുറിച്ചോർക്കാൻ കഴിഞ്ഞില്ല. അയാൾ ചോദിച്ചു.

'പ്പം ഇപ്രാവശ്യം ഉൽസവണ്ടവില്യേന്നാ'

എമ്പ്രാത്തിരി പൊട്ടിച്ചിരിച്ചു.

'അതുവേറെ കാര്യം. ഉൽസവണ്ടങ്കി ചുറ്റമ്പലം നേർത്തെ തന്നെ കെട്ടൂലായിരുന്നോ?'

'മനക്കൽന്ന് ന്താ പറേണത്?'

'മനക്കന്ന് ചെറ്യാമ്പൂരി പറഞ്ഞത് ഉൽസവൊന്നും തറവാട്ടുവക കഴിക്കാൻ കഴീല്ലന്നാ. നാട്ടുകാര് വേണേ കഴിച്ചോട്ടേന്ന്,'

'ഇപ്രാവശ്യോം ഉത്സവം ഉണ്ടാവില്ലെന്നാ കരുതേണ്ടത്.?'

'അങ്ങനെല്ലാതെ കരുതാൻ പറ്റോ.'

'ഞായാലും എമ്പ്രാന്തിരിക്കൊന്നൂല്യാ അമ്പലത്തിലാളോള് തൊഴാൻ വരും- കാശും തരും. ഞങ്ങളുടെ കാര്യാ കഷ്ടം..'

എമ്പ്രാന്തിരി പല്ലുകളില്ലാതെ മോണ വെളിക്കുകാട്ടി ചിരിച്ചു. വിഡ്

ഢിച്ചിരി.,

അരയാൽത്തറയിൽ നിന്നിറങ്ങി, മണൽ വിരിച്ച അമ്പലനടയിലേക്ക് കയറിയപ്പോഴും, വീഴാൻ പോവുന്ന ഒരമ്പലത്തിന്റെ ചിത്രം മനസ്സിൻ നിഴലിച്ചു നിന്നു. ഒപ്പം കരിങ്കൽ പ്രതിമയിൽ ചാരിനിന്ന് സ്വപ്നം കാണുന്ന എമ്പ്രാന്തിരിയുടെയും. സിനിമാ ടാക്കീസിന്റെ അടുത്ത് നേരത്തേ കണ്ട ആൾക്കൂട്ടമില്ല, ആർപ്പുവിളികളില്ല.

നിശ്ശബ്ദത.

വളവുതിരുയുമ്പോൾ ആരോ വിളിച്ചു ചോദിച്ചു:

'ആരാ പോണത്. ഉണ്ണിമാരാരല്ലേ?'

'ഹതെ'

'മുതലാളി വിളിക്കുന്നു...'

ചായം തേച്ച കൂടാരത്തിലേക്ക് കയറിച്ചെന്നു.

'മാരാരേപ്പറ്റി ദാമോദരൻ മാഷ് എന്നോടു പറഞ്ഞിരുന്നു. മറ്റന്നാൾ ഞങ്ങള് സിനിമ തുടങ്ങും അപ്പോഴേക്കും എല്ലാരേം ചെണ്ടകൊട്ടിയറിയിക്കണം, നാളെ ചെണ്ടയെടുത്ത് മാരാരിങ്ങോട്ട് വരോ?.'

മുതലാളിക്കു ഒരു മറുപടിയും കൊടുക്കാതെയാണവിടെനിന്നിറങ്ങിയത്. ഇറങ്ങുമ്പോൾ മാരാർ മാഷേക്കുറിച്ചാണോർത്തത്, കഴിഞ്ഞാഴ്ച്ച വൈകുന്നേരമാണ് ദാമോദരൻ മാഷ് തന്നോട് അതിനെക്കുറിച്ച് പറഞ്ഞത്.

'മാരാർക്കൊരു ചെറിയ പണി കോളായിട്ടുണ്ട്.'

'എന്താത്..'

'സിനിമാടാക്കീസിലെ ബോർഡുമെടുത്ത് ചെണ്ടകൊട്ടിനടക്കാ...'

അതുകേട്ടപ്പോൾ മാരാരുടെ മുഖം ഇരുണ്ടു.

'ആന മെലിഞ്ഞാൽ ആരെങ്കിലും തൊഴുത്തിൽ കെട്ട്വോ മാഷേ.'

തളിയമ്പലത്തിൽ നിന്നും ഒന്നാം നിരയിൽ നിന്ന്ചെണ്ട കൊട്ടി സാമൂതിരയുടെ പക്കൽ നിന്ന് പട്ടുംവളയും വാങ്ങിയവനാണ് തന്റെ അച്ഛൻ. സമ്മാനം വാങ്ങുമ്പോൾ താനുമുണ്ടായിരുന്നു കൂടെ. തന്നെയും കൂടിക്കണ്ടപ്പോൾ സാമൂതിരി ചോദിച്ചു.

'മകനാണല്ലെ..?'

'അതെ...'

'കൊട്ടറിയ്യോ?'

'താളമൊക്കെ ഒരു വിധമൊപ്പിക്കും'

'കാണട്ടെ...'

ചെണ്ടക്കയറ് വരിഞ്ഞുകെട്ടി, തന്റെ ഇളം ചുമലിൽ ചെണ്ട കെട്ടിവെയ്ക്കുമ്പോൾ അച്ഛൻ പറഞ്ഞു.

'മോനെന്നെ കൊറവാക്കരുത്വട്ടൊ..'

ഇല്ലെന്ന് വിശ്വാസപൂർവ്വം തലയാട്ടി.

ഓരോ താളവും തെറ്റാതെ മാറിമാറിക്കൊട്ടി. കൊട്ടിത്തീർന്നപ്പോഴേക്കും ഒരു മണിക്കൂറാകാറായിരുന്നു. തനിക്കു സമ്മാനമായി കിട്ടിയ പൊൻമോതിരമണിഞ്ഞേ പിന്നെ എവിടെയും കൊട്ടാൻ പോവുമായി

രുന്നുള്ളു. അച്ഛൻ മരിച്ചപ്പോൾ ഒന്നാം നിരയിൽ നിൽക്കേണ്ടതു താനായിരുന്നു,. പക്ഷേ കഴകക്കാരുടെ ഇടപെടൽ നിമിത്തം തന്നെ രണ്ടാം നിരയിൽ നിൽക്കാനേ സമ്മതിച്ചുള്ളു. ഒന്നാം സ്ഥാനം വടക്കും മുറിക്കാർക്ക് കൊടുത്തു,

അന്നു രണ്ടാം നിരയിൽ നിന്ന് മനഃപൂർവ്വം താളം തെററിച്ചു കൊട്ടി.

'വടക്കും മുറിക്കാരനായ ഉണ്ണിമാരാരെ നാലാം നിരയിലാക്യാലും ഞങ്ങളിനീ അയാളുടെ ചെണ്ട കൊട്ടൂല...'

അക്കൊല്ലാം തന്നെയാരും വിളിച്ചതുമില്ല.

അടുത്തകൊല്ലം ചെണ്ടത്തോലും പൊട്ടി. കഴിഞ്ഞമാസം ഇളയച്ഛൻ തന്ന ഒരു പഴയ ചെണ്ട ഇറയിൽ തൂങ്ങിനിൽക്കുന്നു.

ഒരനാഥപ്രേതം പോലെ.

ദാമോദരൻ മാഷ് പറഞ്ഞു.

'മാരാർക്കിത്ര വിഷമോണ്ടാവൂന്ന കരുതീല'

'സാരല്ല്യാ മാഷെ..'

മാഷ് ഇന്നിവിടില്ല. മിനിഞ്ഞാന്നു വൈകുന്നേരം കയറിച്ചെല്ലുമ്പോൾ കണ്ടത് മാഷ് ഉടുപ്പുകൾ പെട്ടിയിൽ അടുക്കിവെക്കുന്നതാണ്.

'മാഷ് പോവ്വാൻ തന്നെ കരുതീ?'

പിന്നെ, പോവാതെ പറ്റ്വോ?'

'മാഷുണ്ടായിരുന്നത് ഒരു വല്യ സഹായമായിരുന്നു, മാഷുകൂടി പോയാൽ...'

രക്തം ചുമച്ചു തുപ്പുന്ന മകന് മരുന്നുവാങ്ങാൻ മാഷോട് ഒരു പാട് രൂപം കടം വാങ്ങിയിട്ടുണ്ട്. ഒന്നും മടക്കിക്കൊടുത്തില്ല. മാഷതിനെക്കുറിച്ചൊന്നും പറയാറുമില്ല. ക്ഷയരോഗക്കാർക്ക് സർക്കാരീന്നു സഹായം കിട്ടുമെന്നു പറഞ്ഞത് മാഷാണ്. മകനുവേണ്ടി സർക്കാരിലെക്കെഴുതിയതും മാഷാണ്.

പിന്നീട് പോസ്റ്റ് ശിപായി അമ്പലത്തിനടുത്തേക്ക് വരുമ്പോൾ കണ്ണുകൾ വിടരുന്നു. അകന്നു പോവുമ്പോൾ ഹൃദയത്തിൽ നിരാശ നിഴൽ വിരിക്കുന്നു.

ഒതുക്കുകളിറങ്ങി, പെട്ടിയും തൂക്കിപിടിച്ചു നടന്നു പോകുന്ന മാസ്റ്ററുടെ രൂപം സർപ്പക്കാവ് മറയുന്നതു വരെ നോക്കി നിന്നു.

മകന് മരുന്നു വാങ്ങാൻ വേണ്ടി മാഷ് തന്ന രൂപയിന്മേൽ നോക്കിയപ്പോൾ കരഞ്ഞുപോയി.

മാസ്റ്ററുടെ വീട്ടിനടുത്തെത്തിയപ്പോൾ മാരാർ അങ്ങോട്ടു നോക്കി,

നിശൂന്യമായ ഭാവിയുടെ പ്രതിഫലനമെന്നോണം മണൽ വിരിച്ച മുറ്റത്ത് ചിതറിക്കിടക്കുന്ന നിഴലുകൾ.

ഇരുൾ.... ശൂന്യത...

ചിതൽ പിടിച്ച മുളമ്പടി നീക്കിക്കൊണ്ട് തന്റെ വീട്ടിലേക്ക് കയറിച്ചെന്നപ്പോൾ മാരാർക്ക് നിശ്ശബ്ദമായി കരയാൻ തോന്നി,

ചെമ്മണ്ണ് കിളുന്നു നിൽക്കുന്ന ഉമ്മറത്തു, ചളികട്ടപിടിച്ച് കിടക്കുന്ന നരച്ച പട്ടു കോണവുമുടുത്ത് വയറുന്തി, ചടച്ച കുട്ടികൾ മയങ്ങി കിട

ക്കുന്നു.

തെക്കേപ്പുറത്തെ ചായ്പിൽ, ഇരുളിന്റെ വലയത്തിൽ ഞരങ്ങിക്കിടക്കുന്ന മകന്റെ ദീർഘനിശ്വാസം..!

വളയിൽ കെട്ടിതൂങ്ങിയിരിക്കുന്ന ചെണ്ടയെടുത്ത് കയർ വലിച്ചു നോക്കി - ഇളതായിരിക്കുന്നു.

വർഷങ്ങൾക്കു മുമ്പ് വൃശ്ചികമാസത്തിലെ തണുത്ത പ്രഭാതത്തിൽ അച്ഛന്റെ മുമ്പിലിരുന്ന് ആദ്യമായി പഠിച്ചിരുന്നത് ചെണ്ടക്കയർ വലിച്ചു കെട്ടുന്നതാണ് - പിന്നെ ചെണ്ട കൊട്ടുന്നതും.

താളമൊന്നു പിഴച്ചാൽ അച്ഛന്റെ കയ്യിലിരിക്കുന്ന ചെണ്ടക്കോൽ തലയിൽ പതിക്കും...

സർപ്പക്കാവിലെ കൂറ്റൻ പാമ്പിനെപ്പോലെ ഫണമുയർത്തി തന്റെ മുമ്പിൽ ഉയർന്നുനിൽക്കുന്ന ഒരു സത്യം അയാൾ വേദയോടെ ഓർത്തു.

രോഗിയായ മകൻ, പിന്നുള്ളത് പെൺമക്കൾ.... ചെണ്ടപ്പുറത്തു വീണിരിക്കുന്ന വലിയ ദ്വാരം കണ്ടപ്പോൾ അയാൾ ഞെട്ടിപ്പോയി.

കോലെടുത്തു പതുക്കം കൊട്ടിനോക്കി.

ചിലമ്പിച്ച സ്വരം-

മറുപുറത്തത്രയില്ല.

ഉമ്മറത്തിരിക്കുന്ന ഭാര്യയോടയാൾ പറഞ്ഞു.

'എടീ നാളെ മുതൽ ഞാൻ സിനിമാടാക്കീസിൽ ചെണ്ട കൊട്ടാൻ പോവ്വാ'

മറുപടിയുണ്ടായില്ല

ചായ്പിൽ നിന്നും മകന്റെ തൊണ്ടയിൽ നിന്നും പുറപ്പെട്ട നീണ്ട ചുമ......

അകലെ അമ്പലത്തിൽ നിന്നും ശാന്തിക്കാരൻ ഊതിയ ശംഖൊലി ഒരു ചൂളംവിളിപോലെ ഇഴഞ്ഞിഴഞ്ഞു വന്നു.

ശംഖൊലി അവസാനിച്ചപ്പോഴും ചെണ്ടയുടെ ചിലമ്പിച്ച സ്വരം അവിടെ തങ്ങിനിന്നു.

വളരെ നേരം....

മാളത്തിനു വെളിയിൽ

ചന്ദ്രമതി

ഇളംനീലസാരിയുടെ ഞൊറിവുകൾ നേരെ പിടിച്ചിട്ട് അലസയായി അവൾ ബസ്സ്റ്റോപ്പിൽ നിന്നു. ഉണ്ടെന്നു വെറുതേ സങ്കൽപ്പിക്കുന്ന നുണക്കുഴിയിൽ ഇടതുകൈയിലെ നീട്ടിവളർത്തിയ നഖമുള്ള ചെറുവിരലമർത്തി, വളച്ചുവരച്ച പുരികങ്ങൾ ചുളിച്ച്, കൃത്യനിഷ്ഠയില്ലാത്ത ബസ്സുകളെക്കുറിച്ചോർത്തപ്പോൾ അകലെനിന്നു വരുന്ന ബസ്സിന്റെ മുഖം കണ്ടു. ബസ്സിന്റെ കമ്പിയിൽ കൈയെത്തിപ്പിടിച്ചു നിൽക്കുമ്പോൾ സാരി ഉടയാതിരിക്കാൻ അവൾ പ്രത്യേകം ശ്രദ്ധിച്ചു.

നെറ്റിയിലേക്കിറക്കി മുടി ചീകിവച്ചിരിക്കുന്ന ചെറുപ്പക്കാരനെ അവൾ ഒളികണ്ണിട്ടുനോക്കി. കണ്ണുകൾ ചങ്ങലയിൽ കുരുങ്ങി വടംവലി ആരംഭിച്ചപ്പോൾ അവൾ നേരിയൊരു സ്മിതം കടിച്ചമർത്തി.

ബീച്ച് സ്റ്റോപ്പിൽ ബസ് നിന്നു. അവളിറങ്ങി. ബസ്സ് നീങ്ങിയപ്പോൾ ചെറുപ്പക്കാരന്റെ യാത്ര ചോദിക്കുന്ന കണ്ണുകളിൽ നോക്കി അവൾ കൈയുയർത്തി വീശി. ഒരു നിമിഷത്തേക്ക് അയാളൊന്നു നടുങ്ങി. പിന്നെ അത്ഭുതത്തോടെ കൈയുയർത്തുമ്പോൾ ബസ്സ് വളവു തിരിഞ്ഞു മറഞ്ഞു.

അവൾ അടക്കിച്ചിരിച്ചു.

ആളുകൾ കൂടിത്തുടങ്ങിയ കടൽക്കരയിലേക്ക് കാറ്റിനെതിരേ അവൾ നടന്നു. സാരിയുടെ നീണ്ട തലപ്പ് കാറ്റിൽ ചുരുളുകളായ് ഉയർന്നു കളിച്ചു. പണിപ്പെട്ടുണ്ടാക്കിയ കുറുനിരകൾ ആകർഷകമായി ചിതറി.

ഉരുമ്മിക്കടന്നുപോയ യുവാവ് മെല്ലെ ഒരു തെറിപ്പാട്ടു പാടി. അൽപം നടന്നയാൾ തിരിഞ്ഞു നോക്കിയപ്പോൾ അവൾ വശ്യമായി ചിരിച്ചു. തെല്ലമ്പരപ്പോടെ അയാൾ വേഗം നടന്നു മറഞ്ഞു.

കടൽത്തീരത്തെ വർണ്ണപ്പകിട്ടിൽ സ്വയം നഷ്ടപ്പെടാനാഗ്രഹിച്ചു നടക്കുമ്പോൾ–

'എന്തു പറ്റി, ഒറ്റയ്ക്കേയുള്ളോ?'

'കൂട്ടുവേണോ?'

പ്രതികരണം അപകടകരമാണെന്നറിയാവുന്നതുകൊണ്ട് എല്ലാം കേട്ട് ഒന്നും കേൾക്കാതെ അവൾ നടന്നു.

ഏകനായി എന്തോ ആലോചിച്ചുനിൽക്കുന്ന യുവാവിനുമേൽ കണ്ണുകൾ പാറിനടന്നു. അസ്തമയത്തിനൊരങ്ങുന്ന ചുവന്നമേഘങ്ങളിലേക്ക് മുഖം തിരിച്ച്. അവയുടെ വർണ്ണങ്ങളാവാഹിക്കുവാൻ ശ്രമിച്ച് അവർ മുന്നോട്ട മനഃപൂർവ്വം നടന്ന് അയാളുടെ മേൽ മുട്ടി.

ഞെട്ടിത്തിരിഞ്ഞ പുരുഷനു മുന്നിൽ ജാള്യം സ്ഫുരിക്കുന്ന നോട്ടത്തോടെ അവൾ നിന്നു. അയാളൊന്നു പതറി.

'എക്സ്ക്യൂസ് മീ.' അവൾ മനോഹരമായി ചിരിച്ചു.

മര്യാദ പാലിക്കാൻ വാക്കു തപ്പി അയാളലഞ്ഞപ്പോൾ അവൾ മധുരമായി പറഞ്ഞു: 'ഞാൻ– ഞാനെന്തോ ഓർത്തു നടക്കുകയായിരുന്നു. നിങ്ങൾ നിൽക്കുന്നതു കണ്ടില്ല.' കണ്ണുകളിൽ തുടുപ്പാവാഹിച്ച് അവൾ തുടർന്നു.– 'എന്നും അസ്തമയസൂര്യനെക്കാണുമ്പോൾ ഞാൻ സ്വയം മറന്നു പോകും.'

'ഓ ഇറ്റ് ഡസിന്റ് മാറ്റർ' അയാൾക്ക് നാവ് വീണ്ടുകിട്ടി.

അസ്തമയം കാണാനെന്നും വരാറുണ്ടോ? ഒറ്റയ്ക്കാണോ? പേരെന്താണ്? തുടങ്ങി അനവധി ചോദ്യങ്ങൾക്കുത്തരമൊരുക്കി അവൾ നിന്നു. പക്ഷേ അയാളുടെ ചെറിയ കണ്ണുകളിൽ അമ്പരപ്പൊലിച്ചിറങ്ങി. ആൾത്തിരക്കിനിടയിലൊരു ബിന്ദുവായി അയാൾ വേഗം ഉൾവലിഞ്ഞപ്പോൾ പുച്ഛത്തോടെ അവൾ ചുണ്ടു കോട്ടി.

പിന്നെ അവൾ മെല്ലെ കടലിലേക്കിറങ്ങി.

ഇളം നീല ഷർട്ടു ധരിച്ച പുരുഷൻ ഇടതുകൈകൊണ്ട് ഭാര്യയേയും വലതുകൈകൊണ്ട് കൊച്ചുമകനേയും ചേർത്തു പിടിച്ച് തിരവരുന്നതു കാത്തുനിൽക്കുന്നതവൾ ശ്രദ്ധിച്ചു. അയാൾക്കു മറുവശത്തായി തലമുടി പഞ്ഞിക്കെട്ടുപോലെ നരച്ച, തൂങ്ങിയാടുന്ന കാതികളുള്ള വൃദ്ധ കൈയിലൊരു കുപ്പിയുമായി നിന്നു.

'തിര വരുമ്പോൾ കുപ്പി കാണിച്ചാൽ മതി അമ്മേ' മുണ്ടു മടക്കിക്കുത്തി അരികിൽ നിന്ന യുവാവു പറഞ്ഞു.

ചെറുതായുർന്ന് വലുതായി വളർന്നൊരു തിര അലറിച്ചിരിച്ചു നുരയും പതയുമിളക്കി കരയിലേക്കു പാഞ്ഞുവന്നു.

'കുപ്പി -കുപ്പി കാണിക്കൂ'

വൃദ്ധ ഭയന്ന് മകനെ കെട്ടിപ്പിടിച്ചു. തിര മടങ്ങിപ്പോയി. മകൻ ചിരിച്ചു– 'അമ്മടൊരു പേടി. കുപ്പിയിങ്ങു തരൂ.'

'വേണ്ട. ഞാനെടുത്തോളാം.' വൃദ്ധ പറഞ്ഞു. 'അതൊരു മുട്ടൻ തിരയായിരുന്നു. അടുത്ത തിര വരട്ടെ.'

മുൻഗാമിയെക്കാളുഗ്രനായ പിൻഗാമിയുടെ വരവിൽ വൃദ്ധ വീണ്ടും ഭയന്നു പിന്മാറി. മകൻ ചിരിച്ചുകൊണ്ട് കുപ്പി തട്ടിയെടുത്തു തിരയിൽ

മുക്കി ജലം നിറച്ചു.

'ഇതാ അമ്മേ തീർത്ഥം. പലരുടേയും വിയർപ്പും അഴുക്കും കാണുമെന്നോർത്തോണം.'

'പോടാ.' വൃദ്ധ കുപ്പി വാങ്ങി കണ്ണിലണച്ചു.

അവൾക്ക് അവനെ ഇഷ്ടമായി. അവൻ വിവാഹം കഴിച്ചാൽ അമ്മയോടിതുപോലെ പെരുമാറുമോ എന്നവളാലോചിച്ചു. ഇല്ല. പിന്നെയവർ കടൽക്കരയിൽ വരുന്നത് അമ്മയ്ക്കു തീർത്ഥം ശേഖരിക്കാനാവില്ല. ഭാര്യയെ അരയിൽ കൈചുറ്റി ഭർത്താവിന്റെ അധികാരവും അവകാശവും പ്രദർശിപ്പിക്കുവാനാവും,

വളരെ ചെറിയൊരു തിര ഓളം പോലെ വന്ന് പാദങ്ങളിലടിച്ചു.

അമ്മയുടെ കൈപിടിച്ച് അയാൾ നടന്നുപോയി. പൂഴിമണൽ അയാളുടെ കണങ്കാലിൽ നനഞ്ഞൊട്ടിയിരുന്നു.

അവൾ സാരി കുറേക്കൂടി ഉയർത്തിപ്പിടിച്ചു.

മങ്കിക്രോപ്പും പോണിടെയ്‌ലുമുള്ളൊരു കൊച്ചു പെൺകുട്ടി ഏട്ടന്റെ കൈപിടിച്ച് ഓടിവന്നു. പിന്നാലെ വന്ന അച്ഛനമ്മമാർ വിളിച്ചു പറഞ്ഞു.'

'ഓടരുത്, വീഴും കടലിൽ വീണാൽ പിന്നെ കിട്ടില്ല.'

പെൺകുട്ടി മണലിലെഴുതി- 'കര ജയിച്ചു, തിര തോറ്റു.'

തിരകൾ അക്ഷരപ്പാടുകളെ വലിച്ചെടുത്തുകൊണ്ടു പോയി. കുട്ടികൾ കൈകൊട്ടി തുള്ളിച്ചാടി.

ചുറ്റിനുമുതിരുന്ന എണ്ണമറ്റ സംസാരങ്ങളിൽ ഏതെങ്കിലുമൊന്നിനെ വേർതിരിച്ചെടുത്തു ശ്രദ്ധിക്കാനവൾ ശ്രമിക്കുമ്പോൾ പാഞ്ഞുവന്ന തിര കാൽക്കീഴിലെ മണ്ണു വാരിയെടുത്തു. അടുത്തുനിന്നയാളിന്റെ പുറത്തേക്കവൾ മറിഞ്ഞുപോയി. അയാൾ മെല്ലെ അവളെ താങ്ങി. ചിതറിയക്ഷമാപണവുമായവൾ മുഖമുയർത്തി നോക്കിയത് വേർതിരിച്ചു പറയാനാവാത്ത വികാരവുമായി തുറിച്ചുനോക്കുന്ന കണ്ണടവച്ച സ്ത്രീയുടെ മുഖത്തേക്കായിരുന്നു.

നേരിയ ചിരിയുമായി അവൾ നടന്നുപോയപ്പോൾ കണ്ണടവച്ച സ്ത്രീ ഭർത്താവിനോടെന്തോ പറഞ്ഞു. അയാൾ അവളെ തിരഞ്ഞുനോക്കി ഒന്നു ചിരിച്ചു.

കടലിന്റെ താളത്തിനനുസരിച്ച് അരക്കെട്ടു ചലിപ്പിച്ച് അവൾ മെല്ലെ നടന്നു. കടലവിൽപനക്കാരൻ ഷെയ്ഖ് തിരക്കിനു നടുവിൽ അവളെ തിരിച്ചറിഞ്ഞില്ല. അവൾ അഭിവാദ്യം ചെയ്തപ്പോൾ കിഴവൻ മുഖമുയർത്തി ചിരിച്ചിട്ട് വീണ്ടും കടല പൊതിഞ്ഞുതുടങ്ങി.

സൂര്യന്റെ മരണം കണ്ട ജനക്കൂട്ടം അവരെ മുട്ടിയുരുമ്മി കടന്നുപോയി. വെറും സന്ദർശകരുടെ സമയം തീർന്നിരിക്കുന്നു, അവളോർത്തു, ഇനിയത്തെ ഊഴം കാമുകീകാമുകന്മാർക്കും നവവധുവരന്മാർക്കും, ഏകാന്തത തേടുന്ന മോഹഭംഗക്കാർക്കും.

തിരക്കൊഴിഞ്ഞ കടലവിൽപനക്കാരൻ ചോദിച്ചു- 'ങ്ങക്ക് കടല ബേണ്ട?'

'വേണം.' അവൾ പറഞ്ഞു. 'ഇന്നു ഷെയ്ഖിനു നല്ല കൊയ്ത്തായിരുന്നല്ലോ.'

എന്തിനു ഞാനിയാളെ ഷെയ്ഖെന്നു വിളിക്കുന്നു? അവൾ സ്വയം ചോദിച്ചു. അയാളുടെ പേരെന്താണെന്നറിയില്ല. വെട്ടിനിറുത്തിയ കുറ്റിത്താടിയും മുസ്ലീംതൊപ്പിയും ആദ്യമായി കണ്ടപ്പോൾ എങ്ങുനിന്നോ മനസ്സിലേക്കൊലിച്ചുവന്ന പേരായിരുന്നു അത്. ആദ്യമായതു കേട്ടപ്പോൾ കിഴവൻ പൊട്ടിച്ചിരിച്ചു.

അവളോർത്തു. പക്ഷേ ഞാനെന്തിനിയാൾക്കു പേരിട്ടു?

എനിക്കു പേരിടാനാളില്ലാഞ്ഞിട്ടോ?

കൊടിമരത്തിനു ചുവട്ടിൽ വിരിച്ചിട്ട തടുക്കിൽ നാക്കിലയ്ക്കഭിമുഖമായി കുഞ്ഞിനെ മടിയിൽ വച്ച് അവളിരിക്കുന്നു. ശ്രീകോവിലിനുള്ളിൽ ഓടക്കുഴലുമായി നിൽക്കുന്ന ഗോപികാനാഥനെപ്പോലെ തുടുത്ത കുഞ്ഞ്. കർമ്മിയുടെ പരുപരുത്ത കയ്യിൽ ദക്ഷിണയിട്ട് എരിപുളികടുമധുരം ചേർത്ത് ചോറിന്റെ ചെറിയൊരുരുള അവന്റെ വായിലേക്കുവയ്ക്കുമ്പോൾ അരികിൽ നിന്നൊരു നിർദ്ദേശം-

വിളിക്ക്, ഗോപീകൃഷ്ണനെന്ന് അല്ലെങ്കിൽ വേണുഗോപാലനെന്ന്,

തലതാഴ്ത്തി അവളാ കുഞ്ഞിച്ചെവിയിൽ പേരു വിളിക്കുന്നു- ബിജോയ്. രോമം നിറഞ്ഞ കൈകൾ കുഞ്ഞിനെ വാരിയെടുക്കുമ്പോൾ അവളെഴുന്നേൽക്കുന്നു. പിന്നെ, പ്രതീക്ഷിച്ച ചോദ്യം- എന്ത്പേരാ വിളിച്ചത്.

ബിജോയ്ന്ന്. എന്റെ ബിജുമോൻ.

അവളുടെ ചുണ്ടിലൊരു വിജയസ്മിതം വിടർന്നു.

'എന്തേ?' ഷെയ്ഖ് ചുഴിഞ്ഞുനോക്കി.

തലകുലുക്കിക്കൊണ്ടവൾ ഒഴിഞ്ഞുമാറി. കടല ചവച്ചുകൊണ്ട് നടക്കുമ്പോൾ ഇരുട്ടിന്റെ കനം കുറഞ്ഞ പാളികൾക്കുള്ളിൽ ആലിംഗനബദ്ധരായി നിൽക്കുന്ന യുവതീയുവാക്കന്മാരെ കണ്ടു. അവന്റെ തോളിനുമുകളിലൂടെ അവളെ കണ്ട യുവതി പിടഞ്ഞുമാറി. തിരിഞ്ഞ് അവളെ നോക്കിയ യുവാവിന്റെ മുഖത്ത് ദേഷ്യം ത്രസിച്ചു.

'നാശം! വന്നോളും ഓരോന്ന്.' അയാൾ യുവതിയുടെ അരയിൽ കൈചുറ്റി വലിച്ചടുപ്പിച്ചു കൊണ്ടു നടന്നു.

അവൾ പല്ലുഞെരിച്ചു.

അയാൾ യുവതിയുടെ കാതിലെന്തോ മന്ത്രിക്കുന്നതും വാക്കുകളുടെ കുളിരിൽ പുളകമണിഞ്ഞ് യുവതി പൊട്ടിച്ചിരിക്കുന്നതും അവൾ കണ്ടു. ഒരു ദൃഢനിശ്ചയത്തോടെ അവൾ അവർക്കുനേരെ നടന്നു. പുറകിൽ ചെന്നുനിന്നവൾ മുരനടക്കി. അവർ ഞെട്ടിനോക്കി. പിന്നെ അയാളുടെ കൈകൾ സ്വതന്ത്രമായി.

'വിജയൻ! ഇത്രകാലമെവിടെയായിരുന്നു?' അവൾ ഭംഗിയായി ചിരിച്ചു. 'ഇവിടെ വന്നപ്പോഴെങ്കിലും എന്നെയോർത്തില്ലല്ലോ- നല്ലയാളുതന്നെ.'

കാറ്റിൽ ചിതറിവീണ് കടലിന്റെ ഇരമ്പലിൽ അവളുടെ ശബ്ദമലിഞ്ഞു. യുവാവിന്റെയും യുവതിയുടെയും കണ്ണുകൾ പരസ്പരം ഉടക്കിവലിച്ചു.

'എന്താ മിണ്ടാത്തത്? ഈ പാവപ്പെട്ടവളെ മറന്നുകാണും, അല്ലേ?'

അവൾ പരിഭവപൂർവ്വം മിഴികൾ വെട്ടിച്ചു.'ആണുങ്ങളെല്ലാം ഇത്തരക്കാരാണെന്ന് കേട്ടിട്ടുണ്ട്. പക്ഷേ നിങ്ങൾ- കഴിഞ്ഞതെല്ലാം മറക്കാൻ

നിങ്ങൾക്കെങ്ങനെ കഴിയുന്നു.'

'നിങ്ങൾക്കാളുതെറ്റി. ഞാൻ വിജയനല്ല,' ആദ്യത്തെ ഞെട്ടലിൽ നിന്നും വഴുതിമാറി അയാൾ പറഞ്ഞു.

'നിങ്ങളെന്റെ വിജയനായിരുന്നു, ഒരിക്കൽ,' സ്വരത്തിൽ നഷ്ട സ്വപ്നങ്ങളുടെ നൊമ്പരം കലർത്തി അവൾ പറഞ്ഞു. 'ആ ദിവസ ങ്ങൾ! മരിക്കുന്നതുവരെ എനിയ്ക്കവ മറക്കാനൊക്കില്ല.'

നിലാവിൽ അവളുടെ മിഴികൾ തിളങ്ങി,

യുവതിയുടെ കണ്ണുകളിൽനിന്നുതിരുന്ന ആഗ്നേയാസ്ത്രങ്ങൾ അയാളുടെ തോൽ പിളർന്നു. ഉണർന്ന കോപം തന്റേടം നൽകിയ പുരുഷത്വത്തോടെ അയാൾ തലയുയർത്തി.

'നിങ്ങൾ എന്താണ് പറയുന്നത്? ഞാൻ വിജയനല്ല. ഞാൻ നിങ്ങളെ അറിയുകപോലുമില്ല.'

കണ്ണുതുടച്ച് മുഖമുയർത്തി വേദനയോടെ അവൾ പറഞ്ഞു.'കൂടെ യുള്ളത് ഭാര്യയായിരിക്കും, അല്ലേ? ക്ഷമിക്കൂ വിജയൻ, ഞാനോർത്തില്ല. വളരെക്കാലത്തിനുശേഷം കണ്ടപ്പോൾ ഞാൻ സ്വയം മറന്നുപോയി. സോറി.'

പെട്ടെന്നവൾ തിരിഞ്ഞുനടന്നു. രണ്ടടി നടന്നിട്ട് മുഖം പൊത്തി ഏങ്ങലടിച്ചുകൊണ്ട് എല്ലാം തകർന്നവളെപ്പോലെ ഓടി. അൽപദൂരം ചെന്നവൾ തിരിഞ്ഞുനോക്കി. തന്റെ പുറകെ കുതിക്കാൻ തുടങ്ങുന്ന യുവാവിനെ യുവതി തടഞ്ഞു നിർത്തുന്നു.

എന്തായാലും ഇന്നു രാത്രി നിങ്ങൾ സുഖിക്കില്ല,

ക്രൂരമായ സംതൃപ്തിയോടെ അവൾ പൊട്ടിച്ചിരിച്ചു.

ഒരിക്കൽ, അവളോർത്തു. ഒരിക്കൽ ഞാനീ കടപ്പുറത്ത് വരും എന്റെ അരക്കെട്ടിൽ കൈചുറ്റി ചെവിയിൽ പുന്നാരം പറഞ്ഞുകൊണ്ട് എന്റെ സൂര്യൻ എന്നോടൊപ്പം ഉണ്ടാകും.

പുൽത്തുമ്പിന്റെ നിറമുള്ളൊരു സാരി ചുറ്റി അവൾ നിൽക്കുന്നു. നെറ്റിയിൽ പച്ചബിന്ദികൊണ്ട് പൊട്ടുകുത്തുമ്പോൾ പിന്നിൽ കാലൊച്ച.

'കഴിഞ്ഞില്ലേ ഒരുക്കം? സമയമായി.'

'കഴിഞ്ഞു... എന്താ ഇങ്ങനെ നോക്കുന്നത്?'

'......'

'എന്താ നോക്കുന്നത്? കണ്ടിട്ടില്ലേ?'

'കാണും തോറും... കൈകൾ അവൾക്കുനേരെ നീണ്ടു.'

'ശ്.... കളിയാക്കാതിരിക്കൂ.' അവൾ കുതറി മാറി.

'ആ താലി പുറത്തേക്കെടുത്തിട്. അല്ലെങ്കിൽ കുഴപ്പമാ.'

അവളുടെ പൊട്ടിച്ചിരി പെട്ടന്നമർന്നുനിന്നു.

'സമയമായീന്ന് ധൃതികൂട്ടീട്ടാണോ ഇങ്ങനെ?'

'എങ്ങനെ?' കരങ്ങൾക്കുള്ളിലവൾ പിടഞ്ഞു.

'വിടൂ. എന്റെ സാരിയുടയും. പ്ലീസ്. അതൊക്കെ വന്നിട്ട്.'

പെട്ടെന്നു പാദത്തിൽ തണുപ്പു തട്ടിയപ്പോൾ അവൾ ഞെട്ടി. തിര പിന്മാറി. താൻ കടലിലേക്കു നടക്കുകയായിരുന്നുവോ? അതിവേഗം തിരിഞ്ഞു നടന്നുകൊണ്ടവൾ കടലിനോടു പറഞ്ഞു: 'ഇപ്പോൾ വേണ്ട

എന്നായാലും അവസാനം എന്റെ ശരീരം നിന്റെ കൈകളിൽത്തന്നെ വന്നു ചേരും അന്നാകട്ടെ.'

കടലിനെയും കടൽത്തീരത്തെയും ആകെയൊന്നു നോക്കി, അവൾ ധൃതിയിൽ നടന്നു. ടാറിട്ട റോഡിലൂടെ ബസ്സ്റ്റോപ്പിലേക്കു നടക്കുമ്പോൾ പിന്നിലൊരു കാർ പെട്ടെന്നു നിന്നു. അവൾ തിരിഞ്ഞുനോക്കി. എണ്ണമയമില്ലാത്ത മുടിച്ചുരുളുകൾ കാറ്റിൽ പറത്തികൊണ്ട് മാലിനിയുടെ മുഖം ജനാലയ്ക്കൽ തെളിഞ്ഞു.

'ഹലോ.' അവൾ ചിരിച്ചുകൊണ്ട് അടുത്തുചെന്നു.

'എന്താ നീയിവിടൊറ്റയ്ക്ക്?' മാലിനി ചോദിച്ചു.

'ഒരാളിനെ കാണാൻ വന്നതാ.'

'ഒ-രാ-ളി-നെ?' മാലിനി അർത്ഥം വച്ചു ചിരിച്ചു. 'കേറ്, വീട്ടിൽ കൊണ്ടുവിടാം.'

തലയുയർത്തി അവൾ കാറിൽ കയറി, പിൻസീറ്റിൽ ചാഞ്ഞിരുന്ന് മാറിലേക്കെടുത്തിട്ട മുടിയിൽ തലോടിക്കൊണ്ട് മാലിനി സംസാരിച്ചു. ജർമ്മനിയിൽ നിന്ന് ഉപരിപഠനം കഴിഞ്ഞ് കഴിഞ്ഞയാഴ്ച മടങ്ങിയെത്തിയ ഡോക്ടർ അശോക് എന്ന കസിനെക്കുറിച്ച്.

'ആളാകെ മാറിയിരിക്കുന്നു. എന്തൊരു പേഴ്സണാലിറ്റി, എന്തൊരന്തസ്സ്, കണ്ണെടുക്കാൻ തോന്നില്ല,' വലതുകൈയിലെ മോതിരവിരലിൽ കിടന്ന വൈരമോതിരം തൊട്ടുഴിഞ്ഞുകൊണ്ട് മാലിനി തുടർന്നു,'യൂ നോ അയം എൻഗേജ്ഡ്. പക്ഷേ അശോകിനെ കണ്ടതു മുതൽ ഞാനീ മോതിരത്തെ വെറുക്കുന്നു.'

'വലിച്ചൂരിയെറിഞ്ഞേക്ക്.' അവളുപദേശിച്ചു. 'ഞാനാണെങ്കിൽ അതായിരിക്കും ചെയ്യുക.'

'പക്ഷേ അശോകിന്റെ നിലപാടെനിക്കറിയില്ല. യൂ സീ, ഞങ്ങളുടെ പേരന്റ്സ് ഞങ്ങളെത്തമ്മിൽ മേരി ചെയ്യിക്കണമെന്നാഗ്രഹിച്ചിരുന്നു.

'അതിനിടയിലാണ്. ഞാനൊരു ഫൂളിനെപ്പോലെ ചെന്ന് രഘുവിനെ പ്രേമിച്ചതും എൻഗേജ്ഡായതും. അശോകിനതറിയാം.'

മാലിനി ചോദ്യഭാവത്തിൽ അവളെ നോക്കി. മാലിനിയുടെ പ്രശ്നത്തെ എങ്ങനെ സമീപിക്കണമെന്ന് ആലോചിക്കുന്ന ഭാവം നടിച്ചിരുന്ന് അവൾ മനസ്സിൽ ചിരിച്ചു.

മാലിനി വീണ്ടും സംസാരിച്ചു.-'അശോകിന് ഒട്ടും പരിഭവമില്ല. ഞാനവനെ റിജക്ട് ചെയ്തതൊക്കെ മറന്നമട്ടിൽ വളരെ കൈൻഡ് ആയിട്ടാണു പെരുമാറ്റം അതിനപ്പുറം- അവന്റെ മനസ്സൊന്നറിഞ്ഞെങ്കിൽ!'

'ഒരു കാര്യം ചെയ്യ്.' ആലോചനാപൂർവ്വം അവൾ പറഞ്ഞു.'നിന്റെ ഫ്രണ്ടെന്ന നിലയ്ക്ക് എന്നെ അശോകിനു പരിചയപ്പെടുത്തൂ.

ബാക്കിയൊക്കെ ഞാനേറ്റു.

'നീ എന്റെ ഹംസമാവും?'

അവൾ തലക്കുലുക്കിച്ചിരിച്ചു. തെല്ലുസമയത്തിനുശേഷം മാലിനി പറഞ്ഞു- 'അതൊരു നല്ല ഐഡിയ ആണെന്നു തോന്നുന്നു. നാളെ വൈകുന്നേരം അശോക് വീട്ടിൽ ടീയ്ക്കു വരും, നീയും പോരൂ. ഞാൻ പരിചയപ്പെടുത്തിത്തരാം. സൂത്രത്തിൽ കാര്യമൊക്കെ സൂചിപ്പിച്ച് അവ

ന്റെ മനസ്സറിയണം. മൈന്റ് യൂ, ഡോൺട് ടെല്ലിം ദേറ്റ് അയം ക്രേസ് എബൗട്ട് ഹിം. അതെനിക്ക് കുറവാണ്.'

'പറയേണ്ടതൊക്കെ എനിക്കറിയാം.' അവൾ പറഞ്ഞു.

'വെൽ, ദെൻ. അറ്റ് 4.30 ടുമോറോ.'

പിന്നീട് ഇരുവരും നിശ്ശബ്ദരായി. വെളിയിലേക്കു നോക്കിയിരുന്ന് അവളാലോചിച്ചു --ഡോക്ടർ അശോക് മാലിനി പറഞ്ഞതുപോലെ യൊക്കത്തന്നെയാണെങ്കിൽ.....

വിരിഞ്ഞുവന്ന മന്ദഹാസം പെട്ടെന്നവൾ കടിച്ചൊതുക്കി.

'കാർ നിർത്തു.' അവൾ പറഞ്ഞു.

'ഏതാ വീട്?' മാലിനി ഔൽസുക്യം പ്രകടിപ്പിച്ചു നോക്കി.

കുടിലുകൾ തിങ്ങിഞെരുങ്ങിയ തെരുവിൽ നിന്ന് മദ്യത്തിന്റെ പുളിച്ച നാറ്റമുയർന്നു. പരസ്പരം തെറിവിളിക്കുന്ന സ്ത്രീകൾ കാറു കണ്ടു ശബ്ദം കൂടുതലുയർത്തി.

'ലോർഡ്!' മാലിനി ഞെട്ടി.'എന്തൊരു സ്ഥലം!'

'ഭയങ്കരം. ഈ ലെയ്നിനപ്പുറത്താണ് എന്റെ വീട്.' അവൾ കാറിൽ നിന്നിറങ്ങി ഡോർ വലിച്ചടച്ചു.

'അവിടെ കൊണ്ടുവിടാമായിരുന്നല്ലോ.'

'വേണ്ട ഞാൻ നടന്നു പോയ്ക്കൊള്ളാം. രാത്രി വീട്ടിലേക്ക് കാറിൽ ചെന്നിറങ്ങിയാൽ രാവിലെ ഇതിലെ നടക്കാനൊക്കില്ല.' ഇടതു കണ്ണി റുക്കി അവൾ ചിരിച്ചു. മാലിനി ചിരിച്ചു.

'മറക്കരുതേ. നാളെ നാലരക്ക്, നീയാണെന്റെ രക്ഷ.'

കൈയുയർത്തി വീശിക്കൊണ്ട് അവൾ പിറുപിറുത്തു-

'അതെ നിന്റെ രക്ഷ! പോയി സുഖമായുറങ്ങ്. നാളെ ഒരു പക്ഷേ ഉറങ്ങാൻ പറ്റിയില്ലെന്നു വരും.'

സ്വർണ്ണനിറമുള്ള വളകൾ കിലുങ്ങത്തക്ക വിധത്തിൽ കൈകൾ കുടഞ്ഞുകൊണ്ടവൾ തിരിഞ്ഞു. മദ്യപിച്ചു ലക്കുകെട്ട ഒരുവൻ തെരു വിൽ നിന്നും പുറത്തുവന്നു. അവളെക്കണ്ട് ഒരു വല്ലാത്ത ഗോഷ്ടി യോടെ അയാൾ അടുത്തുവന്നു.

'എങ്ങോട്ടാണെടീ എന്നുമെന്നും നിനക്കൊരു സർക്കീട്ട്? ങേ? എന്താടീ, ഞങ്ങളൊന്നും മനുഷ്യരല്ലേ?'

ഒഴിഞ്ഞുമാറി വെറുപ്പോടെ കാർക്കിച്ചു തുപ്പിയിട്ട് അവൾ തെരുവി ലേക്കു നടന്നു.

'ങാ, പോയ്ക്കോ, പോയ്ക്കോ' അയാൾ വിളിച്ചുകൂവി. 'നിന്നെ എന്നെങ്കിലും എന്റെ കൈയ്യിൽ കിട്ടും അന്ന്--'

അയാൾ ലഹരിയുടെ ചിരി ചിരിച്ചു.

തെരുവിലെ മൂന്നാമത്തെ കുടിലിന്റെ വാതിലിൽ തട്ടി അവൾ വിളി ച്ചു- 'അമ്മേ, അമ്മേ കതകു തുറക്ക്.'

അരണ്ടു കത്തുന്ന ചിമ്മിനിനാളം സൃഷ്ടിക്കുന്ന നിഴലുകൾ അഴു ക്കുപിടിച്ച, ഇടുങ്ങിയ ചുവരുകളിൽ നൃത്തം ചെയ്യുന്നത്, വാതിലുകൾ തുറന്നപ്പോൾ അവൾ കണ്ടു. നിഴലുകളുടെ ലോകത്തിൽ ഇരുണ്ടൊരു നിഴലായി അവളകത്തു കടന്നു. പിന്നിൽ വാതിലുകളടഞ്ഞു.

ക്രിസ്മസ്മരത്തിന്റെ വേര്

അയ്മനം ജോൺ

ഓർമിച്ചുവെയ്ക്കുവാൻ മറന്നുപോയ ഒരു പഴയ വേനൽക്കാല സന്ധ്യയിൽ ഉറക്കമുണരുന്നു. അപ്പോഴും കാറ്റു വീശുന്നുണ്ടായിരിക്കും. പകലുറക്കത്തിന്റെ കണ്ണിലെ മൃഗതൃഷ്ണ പോലെ, സർപ്പക്കാവിലെ യക്ഷിപ്പാലയുടെ ചുവട്ടിൽ അനേകം പാഴിലകൾ വീണു കിടക്കും. സിമിത്തേരിക്കുന്നിന് മുകളിൽ ചിതറിക്കിടക്കുന്ന പകലിന്റെ തൂവലുകൾ.

ഓർക്കാപ്പുറത്തുണ്ടായ വിഷമചിന്ത. മുഖം തിരിച്ചു. പൊട്ടിയ കണ്ണാടിച്ചില്ലുകൾ. സൂര്യനെ വേട്ടയാടുന്ന മരക്കൊമ്പുകൾ. നിഴലുകളുടെ വേട്ടപ്പട്ടികൾ നാവുനീട്ടുന്നു. ബോട്ടണിലാബിന് മുന്നിലെ ചെടികളുടെ കാഴ്ച ബംഗ്ളാവിൽ, പുല്ലരിയുന്ന കിഴവൻ.

- ഇലകളെ നോക്കുക. അറബികളുടെ പഴഞ്ചൊല്ലിലേതുപോലെ. തങ്ങളുടെ രഹസ്യങ്ങൾ. അവ സൂര്യനിൽ ഒളിപ്പിച്ചുവയ്ക്കുന്നു. പണ്ടൊരു നൂറു വർഷം ജീവിച്ചിരുന്ന വൃദ്ധൻ കുന്നിൻപുറത്തു നിന്ന് കണ്ട, അകലെ താഴ്വരയിൽ താവളമടിച്ചിരുന്ന ഡെമോസ്തനീസിന്റെ പടയണികളെപ്പോലെ, അവയനങ്ങുന്നു. അന്ധകാരത്തിന്റെ കറ വീണിടത്ത് കുഷ്ഠത്തിന്റെ അണുക്കൾ നിരങ്ങി.

ശാശ്വതമായ ഒരു സായാഹ്നത്തിന്റ മുറ്റത്ത് മുള്ളുകൾക്ക് മീതെ കത്തി വീണുകിടക്കുന്ന ഒരിലയായി പടിഞ്ഞാറൻ കാറ്റിനോട് പാട്ടു പാടിയ കവി കൂർത്ത മുനയിലുടക്കിയ ആത്മാവിനെ ഓർത്ത്, കണ്ണുകളുടെ ഉപയോഗം കാണുകയല്ല കരയുകയാണെന്ന് ചിന്തിച്ച നിമിഷം, ഈ ജനലരികിലെ കഴിഞ്ഞ രാത്രിയിലുണ്ട്. സിമന്റു തറയുടെ പരുപരുപ്പിൽ വാർഡന്റെ ഷൂസുരയുന്ന ശബ്ദം കേട്ടപ്പോഴാണ് ലൈറ്റണച്ചത്.

-ഓടിയോടിച്ചെന്ന് ഒരു കപ്പയില.... ഓടിയോടിച്ചെന്ന് ഒരു തൊട്ടാവാടിയില..... ഓടിയോടിച്ചെന്ന് ഉറക്കത്തിന്റെ ഒരില....... ഒരില....... ഒരില....

വഴി തെറ്റിയ നായാട്ടുകാരൻ ഭീമന്റെ വലതു കാൽപ്പാട് പതിഞ്ഞ, ഗദ കുത്തിയ കുഴിയുള്ള, ഗ്രാമപ്രദേശത്തെ പാറസ്ഥലത്തെത്തി. കാലുറയുടെ കീശയിൽ കല്ലുകൾ നിറച്ച ഏകാകി. ഇണയോന്തുകൾ ക്രൗര്യത്തോടെ നോക്കി. കരിങ്കൽച്ചീളുകൾ ചോരത്തലയിൽ കുത്തിയിറങ്ങി. കുടിപ്പള്ളിക്കൂടത്തിലേയ്ക്കുള്ള ഇടവഴി നിറയെ കുന്നിക്കുരുക്കൾ. കുളത്തിന്റെ വക്കത്ത് പ്രാണികളെ വിഴുങ്ങുവാൻ തക്കം കാത്തിരുന്ന തവളയുടെ അന്ത്യശ്വാസം (ചാകട്ടെ, മുലക്ക് നീരുവന്നു ചാകട്ടെ) യക്ഷിപ്പറമ്പിലെ പാഴ്ച്ചെടികളുടെ മുകളിൽ നൂൽ കെട്ടി, താഴെ ബ്ളേഡ് കൊണ്ടറുത്ത്, വൻമരം വീഴ്ത്തി. തടി കയറ്റിയ ലോറികൾ തീപ്പെട്ടികളായി കുന്നുകൾ കയറിയിറങ്ങി ഓടി. കൈതക്കാടിനടിയിൽ തോട്. തിട്ടയിൽ മുഴുവൻ മണിയനീച്ചകൾ. നീന്തുന്ന താറാവിൽ പറ്റം. ഓളങ്ങളുടെ ചുളിവുകൾ നിവരുമ്പോൾ, മുട്ടയുടെ ആശിപ്പിക്കുന്ന വെള്ള നിറങ്ങൾ തപ്പി നടന്നു.

ആകാശമൊരു ചിലന്തിവല. കമ്പിളിയാടുകൾ കുന്നിൻ ചെരിവിൽ പുല്ലു തിന്നാനിറങ്ങുകയായിരുന്നു. മഴക്കാറ് കണ്ട്, ഇല്ലിക്കാട്ടിൽ മുട്ടയിട്ടിരുന്ന കാക്ക കാറ്റത്ത് പറന്നെത്തി. ചുവട്ടിൽ ഭ്രാന്തനുറുമ്പുകൾ മരപ്പൊത്തുകൾ തേടി ഓടി നടന്നു. കാറ്റൊന്നമർന്നപ്പോൾ കാക്കമുട്ടി പൊട്ടി. അത്ഭുതം കുയിലിന്റെ കുഞ്ഞ്.

ഇല്ലിക്കാടിന് മുകളിൽ ഉച്ചക്കാറ്റ് അസമയത്തുണർന്ന വാവൽക്കൂട്ടം പോലെ പറന്നു നടന്നു.

വെളിമ്പറമ്പിൽ ജ്വരമായി പടർന്ന വെയിലിൽ തൃഷ്ണ തീർന്ന നിഴലുകൾ പത്തിയമർത്തി കിടന്നു. മരണപ്പെട്ട നരിച്ചീറുകൾപോലെ തൂങ്ങിക്കിടക്കുന്ന ഇരുട്ട്.

സർപ്പക്കാവിലെ മരശിഖരങ്ങളിൽ പക്ഷികൾ ഊമകളായി. യക്ഷിപ്പറമ്പിലെ തടിക്കച്ചവടം നിർത്തി. തോട്ടിൽ താറാവുകൾ അനാഥമായൊഴുകി. കാറ്റ് വീഴ്ത്തിയ ഇലകളുടെ പായ്ക്കപ്പലിൽ കൊളമ്പസുറുമ്പുകളുടെ സാഹസസഞ്ചാരം വിട്ടിലുകളുടെ വംശം കൊന്നും തിന്നും, പിന്നെ പുനർജനിച്ചും ജനിമൃതികളുടെ നിഗൂഢതയിൽ കൊന്തൻ പുല്ലുകൾക്കിടയിൽ ജീവിച്ചു.

സർപ്പകോപം. എലികളും പാറ്റകളും കാഷ്ഠിച്ചിടുന്ന വൃത്തികേടുകളെ... ശ്വസിച്ചു കൊണ്ട് വലിയപ്പച്ചൻ കിടന്നു. അസ്ഥികളിൽ അമരാത്ത വേദന.

(പ്രഭാതങ്ങളേ.... നിങ്ങളെന്നെ എവിടേയ്ക്ക് കൊണ്ടുപോകുന്നു? രാത്രികളേ... നിങ്ങൾ ആ കറുത്തശവപ്പെട്ടിയിൽ എന്നെ എന്നും എങ്ങോട്ട് വഹിച്ചുകൊണ്ടുപോകുന്നു?)

വയനാട്ടിൽ നിന്ന് ഒരരിവാളും ബൈബിളുമായി വലിയപ്പച്ചൻ വന്നു. കാടുപിടിച്ചു കിടന്ന നായന്മാരുടെ പറമ്പ്. ഒരെട്ടുകാലി വളരെ ലാളിച്ച് മക്കളെ വളർത്തി. നഖങ്ങൾ മുളച്ചപ്പോൾ മുതൽ മക്കൾ എട്ടുകാലിയെ കാർന്നു ഭക്ഷിച്ചു തുടങ്ങി. എട്ടുകാലിയുടെ കഥ പറഞ്ഞ കിഴവിയെ

വലിയപ്പച്ചൻ വശത്താക്കി. ദുഃഖിക്കുന്നവർ ഭാഗ്യവാന്മാർ...

കാടു തെളിച്ചു. സർപ്പക്കാവിൽ നിന്ന് സർപ്പങ്ങളിറങ്ങി. തലയിൽ സ്വർണ്ണക്കല്ല് പതിപ്പിച്ച നാഗത്താന്മാർ മുറ്റത്ത് വന്ന് അഗ്നിപോലെ ആളികത്തി നിന്നു. വലിയപ്പച്ചന്റെ അരിവാൾ വിറച്ചു. രാജവെമ്പാല, അണലി, കരിഞ്ചാത്തി എന്നിവയുടെ തലകൾ മുറ്റത്ത് വീണു കിടന്നു ചീഞ്ഞുനാറി. സർപ്പക്കാവിന് മുന്നിലെ കക്കൂസിലിരുന്ന്, നിത്യനഗ്നത യ്ക്ക് ശപിക്കപ്പെട്ട കല്ലീശ്വരന്മാരുടെ ലിംഗങ്ങൾ നോക്കി കിഴവി പൊട്ടിച്ചിരിച്ചു.

ഹേമന്തം കാത്ത് കിടന്ന വലിയപ്പച്ചൻ പാതിരാത്രികളിൽ സർപ്പങ്ങളെ സ്വപ്നം കണ്ട് ഒരു വല്ലാത്ത ശബ്ദത്തിൽ നിലവിളിച്ചു.

ഒരില. താഴ്ചയിൽ ഗ്രാമീണരുടെ പൂവൻ കോഴികൾ കൂകുമ്പോ ഴും ഇല കാത്തുകിടക്കുകയായിരുന്നു. ഇലയില്ലാത്ത കൊമ്പുകൾ നീട്ടി നിസ്സഹായത കാട്ടുന്ന ഉറക്കത്തിന്റെ ഉണക്കമരം. അപ്പുറത്തൊരു നക്ഷ ത്രം. ഓർമിച്ചു. നാളെ, കരിയിലപ്പിടച്ചികൾ പറന്നു പോയ ചാരൽപ്പറമ്പു പോലെ ഹോസ്റ്റലൊഴിയുന്ന വെക്കേഷൻ, ക്രിസ്മസ് മരങ്ങളുടെ ആഹ്ളാദം.

-കിഴക്കൻ മലമ്പ്രദേശങ്ങളുടെ വന്യതയിലൂടെ കനാൽ ദേശത്തേയ് ക്കുള്ള വഴി. രാത്രിഞ്ചരന്മാരായ ചുവലക്കിളികൾ വഴികാട്ടും. വെക്കേഷൻ കാലത്തെ സ്റ്റഡിക്ലാസ്സ്, ആട്ടിടയൻ ബാലന്റെ കഥയിലെ 'പുലിവരു ന്നേ'യെന്ന രണ്ടാമത്തെ വിളി വരെ മാത്രമേ കേട്ടു കഴിഞ്ഞുള്ളൂ. പുലി വരുന്ന സമയം അകലെയല്ല. കാത്തിരിക്കുവാൻ നമ്മൾ മാത്രം.

കാത്തിരിക്കാത്ത ഗ്രാമം. മഞ്ഞുകാലത്തെ ആസ്മാരോഗി, കള്ളി മുള്ളുകൾ വളരുന്ന കുന്നിൽചെരിവിൽ ബസ്സിറങ്ങുമ്പോൾ വെള്ളപ്പല്ലു കൾ കാട്ടി ഒരു പഴയ ചിരി. വഴിയിൽ പ്രിസത്തിന്റെ മുഖഭാവമുള്ള നാട്ടുകാരുടെ ശല്യം.

വെള്ള അരിപ്പൂക്കൾ തിങ്ങിയ കാട്ടുചെടികൾ പോലെ പടർന്നു കിടക്കുന്ന മഞ്ഞിൽ മൂടിയ വയലും വഴികളും.

ഒരു പൂർവ്വജന്മസ്മൃതി പോലെ പഴകിക്കഴിഞ്ഞ ഡിസംബർ. കുറെ ചിരികളാണ് ഓർമയിലുള്ളത്. മുറ്റത്ത് ക്രിസ്മസ് മരം അലങ്കരിച്ചു കൊണ്ട് അനുജൻ.

തോട്ടത്തിൽ നിന്ന് ഏലക്കായ കട്ടു വിറ്റുണ്ടാക്കിയ പണം വീടു വലുതാക്കിയിരുന്നു, നിരച്ചീറുകളുടെ സുഖവാസസ്ഥലം മാത്രം മാറ്റ മില്ലാതെ കിടന്നു. പഴയ പെട്ടിയുടെ താഴിൽ തുരുമ്പ്. തുറന്നപ്പോൾ, മുകളിലിരുന്ന ഇംഗ്ലീഷ് പുസ്തകത്തിന്റെ മുഖത്ത്, ഗുവേരയുടെ ചിത്രം. ക്യൂബൻ വിപ്ലവത്തിന്റെ ഓർമകൾ. ജനലരികിലെ ആകാശഭാഗത്ത് നട്ടം തിരിയുന്ന ചുവന്ന മേഘം കണ്ടു. ചുവന്ന പക്ഷികൾ മാത്രം താമസിക്കുന്ന കനാൽ ദേശത്തെ താഴ്വരയുടെ സ്വപ്നദൃശ്യം.

ഇതൊക്കെയുണ്ടോന്ന് നോക്കാനാണോ വന്നത്?

അതെ.

ലീവെത്ര ദിവസം?

നാല്.

ക്രിസ്മസ് വിളക്കുകളുടെ ചിരി, കമ്പിളിയുടുപ്പുകളിട്ട അയൽ

പക്കത്തെ കുട്ടികളുടെ കരോൾ സംഘം. അകലെ നായ്ക്കൾ കുരച്ചിരുന്നു. വയാലോരത്തെ പുലയരുടെ കുടിലുകളിൽ വിശന്നുകരയുന്ന കുട്ടികൾ. വിയർക്കുന്ന മുഖം തലയണയിലമർത്തി. പ്രഭാതം കൂകിവിളിക്കുന്ന പൂവൻ കോഴികളുടെ ശിരസ്സിൽ ചുവന്ന മാംസപിണ്ഡം

പഴയ സൂര്യോദയം കാണണം. കുന്നുകയറി വരുന്ന ഒരു ബാലികയേപ്പോലെ മഞ്ഞിന്റെ തിട്ടകൾ ചവുട്ടിയെത്തുന്ന പ്രഭാതം. വാതിൽ തുറന്നപ്പോൾ തണുപ്പിന്റെ കരിയിലകൾ പറന്നു കയറി. മരങ്ങളിൽ മേഘങ്ങളുടെ വെളുത്ത നിഴലുകൾ വീണു തുടങ്ങിയിരുന്നു. ആഞ്ഞിലി മരത്തിനു ചുവട്ടിൽ കൂട്ടം പിണഞ്ഞ വേരുകൾക്കിടയിൽ നിഴലിളകുന്നു. നടുങ്ങിയ ശ്വാസക്കിതപ്പിന്റെ മുഖങ്ങൾ അയൽപക്കത്തെ, തള്ളയില്ലാത്ത, മീനാക്ഷിയെന്ന പണിക്കാരിപ്പെണ്ണിന്റെ മണ്ണു പുരണ്ട നഗ്നശരീരം. മഞ്ഞു വീണ നിലത്ത് അനുജന്റെ വികൃതമായ നിഴൽ വിറച്ചു.

പൊട്ടിയ കന്യാചർമ്മത്തിൽ നിന്നൊഴുകിയ ചോര ആഞ്ഞിലിയിലകളിൽ വീണിരുന്നു. ഇരുട്ടിന്റെ തുള്ളികൾപോലെ.

നരിച്ചീറുകളുടെ സുഖവാസസ്ഥലത്ത് വീണ്ടുമഭയം. വയൽ കണ്ടു. ചെളി നിറഞ്ഞ കുഴിയിൽ ഹാബേലിന്റെ ശവം.

പകലന്തിയോളം ചുമടു ചുമക്കുന്ന തൊഴിലാളികളുടെ വിയർപ്പു കുടിച്ചു വളരുന്ന ഏലച്ചെടികൾ. ചൂളമരത്തിന്റെ കൊമ്പു വെട്ടിയുണ്ടാക്കുന്ന ക്രിസ്മസ് മരം. വയസ്സനാഞ്ഞിലിയുടെ ചുവട്ടിലും അസ്തിത്വത്തിന്റെ ക്രിസ്മസ് മരങ്ങൾ.

സാന്ദ്രത കുറഞ്ഞ മഞ്ഞിൽ ഒരിളം നീല പ്രഭാതം. മുറ്റു ചെടികളുടെ ഇലകളിൽ വെയിൽ വീണപ്പോൾ ക്രിസ്മസ് മരത്തിന്റെ കൃത്രിമപ്പൂക്കൾ കുറെ വികൃതമായ നിഴലുകളുമായി മുഖത്തോടു മുഖം നോക്കി നിന്നു. തോട്ടുവക്കിൽ കൈതകൾ പൂത്തിരുന്നു. തിട്ടയിലെ കൂനനുറമ്പുകളുടെ കലാപത്തിൽ, സെയ്ഗോൺ നദീതടം.

മധ്യാഹ്നത്തിലെ വഴിയാത്രയിൽ തോട് സീൻ നദിയായിരുന്നു ബാഗിനുള്ളിൽ ദാനിയേലിന്റെ പൂച്ചക്കുട്ടികൾ. വിദൂരതകളെ വിഴുങ്ങുന്ന ബസ്സുയാത്രയിൽ ആഞ്ഞിലി മരത്തിന്റെ നടുങ്ങി നിൽക്കുന്ന നിഴലും, ക്രിസ്മസ് മരത്തിന്റെ കരിഞ്ഞ ഇലകളും വിദൂരദൃശ്യങ്ങൾ.

പഴയ പാമ്പിൻ പടങ്ങളായി കുറ്റിച്ചെടികളിൽ ഉടക്കി തൂങ്ങിക്കിടക്കുന്ന ഓർമ. പഴങ്കഥയിലെ മല കാത്തു സൂക്ഷിക്കുന്ന കിഴവൻ. കോളേജ് കാമ്പസിനുചുറ്റും, അകലെക്കാണുന്ന മലഞ്ചെരുവുകളിൽ പനിയകന്നതു പോലെ ഒരു മഞ്ഞുകാലം കഴിഞ്ഞു പോയിരുന്നു.

മലഞ്ചെരുവുകളിൽ മറ്റൊരു മഞ്ഞുകാലം. വാഴത്തോട്ടത്തിൽ നിന്ന് ഒരു വവ്വാൽ പറന്നു പോകുമ്പോഴേയ്ക്ക് ഒരു പ്രഭാതം അവസാനിക്കുന്നു. മരങ്ങളിൽ നിന്നു കുറെ ഇലകൾ കൊഴിഞ്ഞു കഴിയുമ്പോൾ ഒടുങ്ങുന്ന മധ്യാഹ്നം.

ഇന്നും അതേ അനുഭവം. കാമ്പസിലെ മരക്കൊമ്പുകൾ വെട്ടിവീഴ്ത്തുന്ന ശബ്ദങ്ങളിൽ ഒരു പൂച്ചക്കുട്ടിയെപ്പോലെ കടന്നുപോയ പ്രഭാതം. കുരങ്ങന്മാർ പഴങ്ങൾ പറിച്ചു തിന്നും കൊമ്പൊടിച്ചു കളിച്ചും കാടു ചുറ്റുന്നു. ആട്ടിൽപറ്റം ഏതെങ്കിലും കുന്നിൽ ചെരിവിൽ കിടന്നുറ

ങ്ങട്ടെ. ചുവന്ന പക്ഷികളുടെ സംഘം മോറിയാ മലയുടെ മുകളിലെത്തിയിട്ടേ താഴ്ന്നിരിക്കുകയുള്ളൂ.

ഇടയ്ക്കിടെ വാതിൽ തുറന്ന ജിജ്ഞാസ.

വാട്ട് ഹാപ്പൻഡ് റ്റു യൂ?

നതിംഗ്.

മരക്കൊമ്പുകൾ വീഴുന്നു. കോലാഹലങ്ങൾക്കു ശേഷം ക്രിസ്മസ് മരങ്ങൾ. അണിയിച്ചൊരുക്കിയ അനാഥക്കുട്ടികൾ പോലെ അവ നിന്നു. ചുവട്ടിൽ ഒഴിഞ്ഞ മിഠായിപ്പാക്കറ്റുകൾ; വർണ്ണക്കടലാസുകൾ. നാടിന്റെ ദുഃഖം പോലെ തളർന്നു വീശുന്ന കാറ്റ്. ചരിവിറങ്ങി നടക്കുന്നവർ ലേഡീസ് ഹോസ്റ്റലിന്റെ മുന്നിലെ നിരത്തിലേയ്ക്കാണ്. മതിലിനപ്പുറത്തു കൂടി നടന്നുപോയവർ സിനിമാ തിയേറ്ററുകളിലോ റെസ്റ്റോറന്റുകളിലോ എത്താതിരിക്കില്ല.

ഈ ജനാല മാത്രം തുറന്നു കിടക്കുന്നു. ദൃശ്യപരിധിയിലെ ആകാശത്ത് അഗ്നി മേഘത്തിന്റെ ഏകാന്തത. രണ്ടു മണിക്കൂറിന്നുള്ളിൽ എപ്പോഴെങ്കിലും എക്സ്പ്രസ്സ് ട്രെയിനിന്റെ ചൂളംവിളി കേൾക്കാം. സ്റ്റേഷനിൽ, കുടുംബാസൂത്രണത്തിന്റെ പരസ്യമെഴുതിയ തൂണിൽ ചാരി മൂന്നു പേർ നിൽക്കും. ആറു മണിയ്ക്കു നാലു കൂട്ടുകാർ കയറിയ എക്സ്പ്രസ്സ് ട്രെയിൻ കാടുകളുടെ ഭയാനകതയിലൂടെ കുതിച്ചു പായും.

-ഞാൻ വീട്ടിൽ പോയില്ല. കാരണം അവിടെ മുറ്റത്ത് ക്രിസ്മസ് മരമെന്ന പേരിൽ എന്റെ പ്രതിമ ഉണ്ടാക്കി വെച്ചിരിക്കും.

സർപ്പക്കാവിൽ യക്ഷിപ്പാല ഈ വർഷവും പൂത്തു കാണും. പാലപ്പൂക്കളുടെ മണമെത്തുന്ന ആഞ്ഞിലി മരച്ചുവട്ടിൽ വൃത്തികെട്ട നിഴലുകൾ പിണഞ്ഞു കിടക്കും. പഴയ ചില നാണയങ്ങളുടെ ഓർമയിൽ പുലയക്കുടിലുകളിലെ കുട്ടികളുടെ നാവിൽ കൊതിയൂറുന്നുണ്ടായിരിക്കും.

യാത്രയ്ക്കിടയിൽ, തീവണ്ടി വേഗത കുറയുന്ന ഏതോ വനപ്രദേശം. താഴെ, ഊർന്നിറങ്ങിപ്പോകുന്ന മലമ്പാതകൾ നോക്കി ജാലകത്തിലൂടെ ബിസ്കറ്റ് പാക്കറ്റുകൾ വലിച്ചെറിഞ്ഞാൽ, അഗാധതയിൽ, അവ ചെന്ന് വീഴുന്നിടത്ത് ഓടിയെത്തുന്ന കറുത്ത ആദിവാസിക്കുട്ടികൾ.

മറ്റൊരിടം. ഭീമൻ പാറകളുടെ ഔന്നത്യം. താഴെ മലയിടുക്കുകളിലെ ജലാശയത്തിൽ ഒരു സ്വച്ഛാകാശം. ഒഴുക്കിനെതിരെ നീന്തി നടക്കുന്ന കാട്ടു താറാവുകൾ.

ക്രിസ്മസ് മരങ്ങളില്ലാത്ത ഡിസംബറിലെ കാട്. പലകകൾ മറച്ച കുടിലുകൾ. മഞ്ഞ്. ചെമ്മരിയാടിൻ പറ്റം പോലെ താഴ്വരകളിലെ മാത്രം കാഴ്ചയായിരിക്കും. പുലി വരുന്ന നിമിഷത്തിനായി സന്നാഹം കൂട്ടുന്ന ഇടയന്മാർ.

മടങ്ങിയെത്തുന്ന, ദ്വീപു കിട്ടിയ ക്രൂസോ. വേരു കണ്ടെത്തിയ ക്രിസ്മസ് മരം. കുറ്റിച്ചെടികളിൽ നിന്ന് വീണുപോയ പാമ്പിൻ പടങ്ങൾ.

മഞ്ഞുകാലം പറന്നുപോയ മലഞ്ചെരുവുകൾ, ദേശാന്തരങ്ങളിൽ നിന്നെത്തുന്ന പക്ഷികൾപോലെ, പുതിയ പ്രഭാതങ്ങൾ.

മല കാത്തുസൂക്ഷിച്ച കിഴവൻ മരിച്ചു കഴിഞ്ഞിരിക്കും.

മീനുപ്പെണ്ണ്

എ. പി. ജ്യോതിർമയി

ഗോവർദ്ധന് തലകറക്കം തോന്നി. നൊട്ടിനുണഞ്ഞ പച്ചപ്പുളിത്തുണ്ടുകൾക്കിടയിൽ പൂഴ്ത്തിവച്ചിരുന്ന പുകയിലച്ചുവ ഉള്ളുനിറയെ നുരയുന്ന ലഹരിയായി. വൈകുന്നേരം കുടിച്ച പറങ്കിവാറ്റ് റാക്കിന്റെ ലഹരി മതിയായില്ല, മീനുപ്പെണ്ണിനെ കെട്ടിപ്പിടിച്ച് ഒന്നുറങ്ങാൻ. 'മീനുപ്പെണ്ണേ' കുഴയുന്ന നാവോടെയുള്ള വിളികേട്ട് കരിപിടിച്ച കണ്ണിലെ മദാലസ്യവുമായി മീനുപ്പെണ്ണ് ഗോവർദ്ധനന്റെ അരികെ വന്നു ചുമലിൽ മുഖം ചേർത്തു. കാട്ടുപൂവിന്റെ ഗന്ധമുള്ള അവളുടെ അഴിഞ്ഞ മുടിയിൽ മുഖം ചേർത്ത് തിരയിളകിയ കടൽപോലെ ഗോവർദ്ധൻ വിളിച്ചു:'എന്റെ പെണ്ണേ.'

'പേടിയാണീ പെണ്ണിന്. ആ മാരിയപ്പനൊപ്പം ചീത്തക്കാര്യങ്ങള് ചെയ്തു ചെയ്ത് ഇങ്ങളെ കാവിലമ്മ ശപിച്ചാല് നമ്മക്ക് പെറക്കാൻ പോണ കുഞ്ഞുങ്ങള് എത്തരത്തിലാകുമോന്നോ പേടി'. ഗോവർദ്ധനനും ആ പേടിയുണ്ട്. പതിന്നാലു വയസ്സുമുതൽ അനാഥനായ ഗോവർദ്ധനൻ മാരിയപ്പനോടൊപ്പമാണ്. ഒടിയന്മാരെന്ന് ഗ്രാമം മുഴുക്കെ പേടിയോടെ അവരെ വിളിക്കുമ്പോഴും കരിമലപോലെ ചങ്കുറപ്പുള്ള മാരിയപ്പന്റെ മന്ത്രവാദപ്പുരയ്ക്കുള്ളിൽ എന്നും സുരക്ഷിതനായിരുന്നു. ഗർഭിണികളുടെ ഭ്രൂണം വയറുകീറി പുറത്തെടുത്ത് കാട്ടുമരുന്നുകൾ ചേർത്തൊരു ചാന്താക്കി നെറ്റിയിലിട്ടാൽ ഏതു രൂപവും പ്രാപിക്കും മാരിയപ്പൻ.

ഗർഭിണികൾ സന്ധ്യ കഴിഞ്ഞാൽ മുറിക്ക് പുറത്തിറങ്ങാതെ വാതിലടച്ചകത്തിരിക്കും. എത്രയൊക്കെ ഒളിഞ്ഞുനിന്നാലും കണ്ണുവച്ചവളെ

പുകയൂതി മയക്കി പുറത്തു കൊണ്ടുവരാവുന്ന വിദ്യയൊക്കെ മാരിയപ്പനറിയാം. അതൊക്കെ ഗോവർദ്ധനൻ കാണാത്ത കാര്യങ്ങളാണ്. പേടിയോടെ മാരിയപ്പന്റെ മന്ത്രവാദപ്പുരയിൽ കണ്ണടച്ചു കിടന്നുകളയും, ഉറക്കം വരുംവരെയും. മാരിയപ്പൻ കാളയായും പോത്തായും രൂപം മാറി, മടിശ്ശീലയിൽ പണവുമായി പാതിരായ്ക്ക് വരുന്നവനെ പേടിപ്പിച്ചു കൊന്നു പണം കൈക്കലാക്കി. കിട്ടുന്നതിൽ ഒരു കുഞ്ഞുപങ്ക് ഗോവർദ്ധനന് കൊടുക്കാതിരിക്കില്ല. ഗർഭിണിയല്ലാത്ത പെണ്ണും സുന്ദരിയാണേൽ ഏതോ വശീകരണപ്പുകയൂതി വീട്ടുകാരെ ഉറക്കിക്കിടത്തിയിട്ട് കാവിനുള്ളിലേക്ക് പ്രീണിപ്പിച്ചു കൊണ്ടുപോകുന്നതിന് ഗോവർദ്ധനൻ സാക്ഷിയായിരുന്നു. മനസ്സുകൊണ്ടിഷ്ടമായ പെണ്ണിനെ മാത്രമേ മാരിയപ്പന് ആവശ്യമുള്ളു. ഗുരുവറിയാതെ ഗോവർദ്ധനന്റെ മനസ്സ് പിടിച്ചടക്കിയത് മീനുപ്പെണ്ണാണ്.

ഇളം കറുപ്പിൽ തുടിച്ചു മിന്നുന്നൊരു കന്നിപ്പെണ്ണിനെ കാവിലെ തിറതുള്ളലിനിടയിലാണ് ഗോവർദ്ധനൻ കണ്ടത്. അടുത്തു കൂടാനുള്ള ശ്രമമൊന്നും നാവിനു മൂർച്ചയുള്ള പെണ്ണിന്റെ മുന്നിൽ നടന്നില്ല, അതിശൂരത്തം കൊണ്ട് ഗ്രാമീണരെ പേടിപ്പിച്ചിരുന്ന തന്ത്രങ്ങളൊന്നും മീനുവിന്റടുത്ത് നടന്നില്ല. മാരിയപ്പന്റെ പ്രലോഭനമന്ത്രങ്ങളെയും അയാളെത്തന്നെയും പേടിച്ചിരുന്നതുകൊണ്ട് ആ വഴിയും ആലോചിച്ചില്ല അയാൾ.

രണ്ടുമൂന്നു കൊല്ലത്തെ അശ്രാന്ത പരിശ്രമത്തിനവസാനം മീനുപ്പെണ്ണിന്റെ അച്ഛന്റെ മരണശേഷമേ അവളെ സ്വന്തമാക്കാനൊത്തുള്ളൂ. ഇടന്തിരിഞ്ഞു നിന്നുള്ള ശീലമേ നിഷേധിപ്പെണ്ണിനുള്ളുവെങ്കിലും മെയ്യഴകുള്ള ഗോവർദ്ധനന്റെ അണയാത്ത പ്രേമകടാക്ഷങ്ങളുടെ വെട്ടത്തിൽ മീനു സമ്മതം മൂളിയത് വെറുതേയല്ല. കല്ലുറപ്പുള്ള കൊച്ചു വീട് വേണം. കറുത്ത ചരടിൽ കോർത്തൊരു പൊന്നുപൊടി കഴുത്തിലണിയണം. തല ചായ്ക്കാൻ പോലും സ്വന്തം കൂരയിലെത്താത്ത ഗോവർദ്ധനൻ ഇടിഞ്ഞു പോയ കൂര പൊളിച്ച് ഓടിട്ടൊരു കുഞ്ഞുവീട് പണിഞ്ഞത് അങ്ങനെയാണ്. പെണ്ണിന്റെ കരളുറപ്പൊന്നു കണ്ടാണ് കളിയാട്ടക്കാവിൽ വെച്ച് നാലാൾ കാണെ അയാൾ അവളെ താലികെട്ടി സ്വന്തമാക്കിയത്. ഗുരുവിന്റെ ആശീർവാദമുണ്ടായെങ്കിലും ആ ആർത്തിക്കണ്ണുകളിൽ തന്റെ പെണ്ണിന്റെ നിഴൽ പതിക്കാതിരിക്കാനായിരുന്നു പ്രാർത്ഥന.

കെട്ടി നാളുകൾ കഴിഞ്ഞെങ്കിലും നിമിഷം തോറും പൂക്കുന്ന കുടമുല്ലത്തെപോലെ ലഹരിയായിക്കഴിഞ്ഞു മീനുപ്പെണ്ണ്. പാതിരാ മന്ത്രവാദങ്ങളിൽ നിന്ന് ഒഴിഞ്ഞുമാറിയത് മാരിയപ്പന് ഇഷ്ടമായില്ലെന്ന് കിടക്കപ്പായിൽ വെച്ച് മീനുപ്പെണ്ണോട് പേടിയോടെ പറഞ്ഞു. അഴിഞ്ഞു കിടക്കുന്ന മുടിയുടെ ധാരാളിത്തത്തെ ചൂലപോലെ കണവന്റെ മുഖത്ത് തല്ലി അവൾ ആ പേടി അവഗണിച്ചുകളഞ്ഞു. വളക്കൂറുള്ള അരയേക്കർ മണ്ണ് കാടും പടലുമായി കിടക്കെ അറപ്പും പേടിയുമുളവാക്കുന്ന ഒടിയൻവേലയ്ക്ക് പോകരുതെന്ന് മീനു സ്നേഹവും വീറും പ്രകടമാ

ക്കി അയാളുടെ ചെവിയിലോതി.

മീനു പറയുന്നതേതും ശരിയെന്നറികിലും മാരിയപ്പൻ പകമൂത്ത കനലാകുമെന്നതിൽ അയാൾക്കു മുന്നിൽ ഓച്ഛാനിച്ചു നില്ക്കേണ്ട തായി വന്നു ഗോവർദ്ധനന്.

കർക്കിടകത്തെ പെരുംമഴ പാതിരാവരെ നനഞ്ഞ് വീട്ടിലെത്തിയ ഗോവർദ്ധനൻ രാവിലെ പനിച്ചു വിറച്ചു ചൂളിക്കിടന്നു. കരുപ്പെട്ടിയും, കുരുമുളകും, ചുക്കുമിട്ട കാപ്പി. പൊള്ളുന്ന ചൂടിൽ മീനു അയാളുടെ പനിപ്പൊള്ളലേറ്റ വായിലേക്ക് മരത്തവികൊണ്ട് ചെറുതായൊന്നാറ്റി ഒഴിച്ചു കൊടുത്തു. ഒന്നു വിയർത്ത് പനി ഇറങ്ങിയെങ്കിലും നാഴിക കഴിയും മുന്നെ ചൂടരിച്ചുകയറിയ ദേഹം കരിമ്പടത്തിലൊതുക്കി ഗോവ ർദ്ധനൻ അവശനായി കിടന്നു.

മന്ത്രവാദപ്പുരയിൽ മാരിയപ്പൻ വലം കൈയറ്റതുപോലെ നട്ടം തിരി യുകയാവാമെന്ന തിരിച്ചറിവോടെ ഗോവർദ്ധനൻ ഞെളിപിരിക്കൊണ്ടു. സന്ധ്യകഴിഞ്ഞും കർക്കിടകരാവിന്റെ കറുപ്പിലും തിമിർത്തു പെയ്യുന്ന മഴയിലും പ്രകൃതി അനക്കമറ്റ് കിടക്കെ, ഇരുളിൽ മറ്റൊരു കുരിരുൾ പോലെ മാരിയപ്പൻ ഗോവർദ്ധനനെ തേടിയെത്തി. പകലുകളിൽ മാരിയപ്പൻ വെളിയിലിറങ്ങാറില്ല. പകലിന്റെ നിഷ്കളങ്കത തന്റെ ക്രൗ ര്യത്തെ തകർത്തുതരിപ്പണമാക്കുമെന്നു പേടിക്കുന്നു. പക്ഷേ, വാതില് ക്കൽ മുട്ടുകേട്ട നിമിഷം ഗോവർദ്ധനൻ ആപത്തു മണത്തു. അരുതെ ന്നു വിലക്കും മുന്നെ മഴയിലേക്കും ഇരുട്ടിലേക്കുമുള്ള വാതിൽ കൈയിലെ മൺവിളക്കിന്റെ നാളവുമായി മീനു തുറന്നുകഴിഞ്ഞു.

ഇളന്തിരിവെട്ടത്തിൽ തോളിലൊരു തോർത്തിടാതെ ജ്വലിച്ചു നിൽക്കുന്ന പെൺരൂപം താനിന്നുവരെ കാണാത്ത ഗോവർദ്ധനന്റെ പെണ്ണെന്നറിഞ്ഞ മാരിയപ്പൻ മിടയിറക്കി. കാല്ക്കീഴിൽ ചുരുണ്ടവൻ അവന്റെ പെണ്ണിനെ കാണാതിരിക്കട്ടെ എന്നു നിനച്ചിരുന്നു. മാരിയപ്പൻ തനിക്കു പറ്റിയ അമളി തിരിച്ചറിഞ്ഞു. പേടിയോടെ ഗോവർദ്ധനൻ സ്വീകരിച്ചു. തന്നോട് കുശലമന്വേഷിക്കുമ്പോഴും ഗുരുവിന്റെ കണ്ണു കൾക്ക് സ്ഥാനം തെറ്റുന്നത് ഗോവർദ്ധനൻ കാണാതിരുന്നില്ല. ഒട്ടുനേ രം അയാളെ തീ തീറ്റിച്ചേ മാരിയപ്പൻ ഇറങ്ങിപ്പോയുള്ളൂ.

തിരയടിക്കുന്ന കർക്കിടകരാവിന്റെ തണുപ്പിലും, ചുട്ടെരിക്കുന്ന പനിയിലും ഉറക്കത്തോടു മല്ലടിക്കാൻ ഗോവർദ്ധനൻ തീരുമാനിച്ചു കഴിഞ്ഞു. തന്നെ മന്ത്രവാദപ്പുകയൂതി മയക്കിക്കിടത്തി മീനുവിനെ കൊണ്ടു പോകാൻ ഗുരു വന്നേക്കുമെന്ന് അയാൾക്കറിയാമായിരുന്നു. തൊട്ടരികെ ഉറങ്ങുന്ന മീനുവിന്റെ മെയ്യഴകിൽ നോക്കി എരിയുന്ന മനവും, പുകയുന്ന കണ്ണുമായി ഗോവർദ്ധനൻ ഉറക്കമിളച്ചു. ജനലരി കിൽ മിന്നലാട്ടത്തിൽ തെളിഞ്ഞ കറുത്ത രൂപം നിലവിളയായി അയാ ളുടെ തൊണ്ടയിൽ കുരുങ്ങി. മുറിയിൽ പെട്ടെന്നു നിറഞ്ഞ കറുത്ത പുകയുടെ ഗന്ധത്തിൽ മാനവും ജീവനും എരിഞ്ഞ പെൺകുട്ടികളുടെ ആത്മാവിന്റെ കരിമണമുണ്ടെന്നു ഗോവർദ്ധനൻ തിരിച്ചറിഞ്ഞു. അബോ ധവസ്ഥയിലേക്ക് നീങ്ങുമ്പോഴും ഒരു രക്ഷനേടലിന്റെ നിലവിളിയുണ്ടാ

യിരുന്നു അയാളിൽ

കണ്ണീർ തോർന്നു പുലരി ചിരിച്ചപ്പോഴേ ഗോവർദ്ധനൻ കണ്ണു തുറന്നുള്ളൂ. വിട്ടകന്ന പനിയുടെ കഠിനമായ ക്ഷീണം കൺപോളകൾക്ക് ഘനമായെങ്കിലും കരിംപുകയുടെ ഗന്ധം മുറിയിൽ ശേഷിക്കുന്നത് ശ്വസിച്ചയാൾ ചാടിയെഴുന്നേറ്റു. മീനുപ്പെണ്ണെവിടെ! മാരിയപ്പനു പിറകെ കാവിനുള്ളിലെ മന്ത്രപ്പുരയിൽ അവൾ രാത്രിയുടെ മായാവലയത്തിൽ നടന്നു പോയോ? ഗോവർദ്ധനന്റെ പിടയുന്ന കണ്ണുകൾക്കു മുന്നിൽ ചെറുചിരിയുമായി നില്ക്കുകയാണവൾ. കണ്ണുനിറയെ പകപ്പുമായി നോക്കുന്ന ഭർത്താവിനോടവൾ മൊഴിഞ്ഞു, കൊഞ്ചലോടെ. ആ മാരിയപ്പനെ ഇന്നലെ രാത്രി ഞാൻ വെട്ടിക്കൊന്നു. അയാളെക്കരിംപുകയിട്ടു മയക്കി മന്ത്രപ്പുരയിലെത്തിച്ചു. മേത്ത് കൈവെക്കും മുമ്പേ ബോധോണ്ടായി നിക്ക്. അബ്ടെക്കെടന്ന ഇരുമ്പുലക്കോണ്ട് തലയ്ക്കൊരണ്ണം കൊടുത്തു. അപ്പത്തന്നെ ചത്തു. ഇനിം പെണ്ണിനെ പെഴപ്പിക്കുന്നോന്റെ തല ഇങ്ങനെ ചതയ്ക്കണം. എങ്കീ പിന്നെ പെഴക്കുന്നോളും, പെഴപ്പിക്കുന്നോനും ഈ പൂമീലൊണ്ടാവോ.'

മുട്ടറ്റം മുടിയഴിച്ചിട്ട് കണ്ണകിയെപ്പോലെ ചിരിക്കുന്ന മീനുപ്പെണ്ണിനെ നെഞ്ചോടണച്ച് ഗോവർദ്ധനൻ കരയുകയും ചിരിക്കുകയും ചെയ്തു.

ഒറ്റയാന്റെ പാപ്പാൻ

എൻ പ്രഭാകരൻ

അപ്പോഴെല്ലാം നിന്നെ ഞാൻ കൊന്നു. ലോകം എന്നോട് പല തവണ പറഞ്ഞു- എന്നെ നശിപ്പിച്ചു കൊണ്ട് വളരുന്ന ഇത്തിൾ ക്കണ്ണിയാണ് നീ. ചിലപ്പോൾ ആയിരം നാവുകൾ വിളിച്ചു കൂവി. മൂർച്ച യേറിയ ആ ശബ്ദം എന്റെ ഞരമ്പുകളിലെ ചോര തിളപ്പിച്ചു. ആ നിമി ഷങ്ങളിൽ ഒരു കൊലയ്ക്കുവേണ്ടി ഞാൻ ദാഹിച്ചു. നിന്നെ ഞാൻ കൊന്നു. ഏറ്റവുമൊടുവിലത്തെ കൊല ഞാൻ വ്യക്തമായും ഓർമി ക്കുന്നു. ഇംഗ്ലീഷിൽ കവിതയെഴുതാറുള്ള അരുണ എന്ന പെൺകുട്ടി. അവൾ ഷെയ്ക്സ്പിയറും കീറ്റ്സും പഠിപ്പിക്കുന്ന ചെറുപ്പക്കാരനായ ലക്ചററുടെ കൂടെ ഒരു രാത്രിയിൽ നഗരത്തിലെ ഹോട്ടലിൽ ഉറങ്ങി. അവളിൽ വീണ വിത്ത് വളരാൻ തുടങ്ങിയപ്പോൾ മരണമെറിഞ്ഞ വല യിൽ അയാൾ വീണു. അന്ന് കോളേജ് ലീവായിരുന്നു. 'ഡീപ്പ് സോറോ എക്സ്പ്രസ്സ്' ചെയ്തുകൊണ്ടുള്ള പ്രിൻസിപ്പലിന്റെ പൊള്ളയായ ശബ്ദം കേട്ട് ഞാൻ വെറുങ്ങലിച്ചു നിന്നു.

നീ പറഞ്ഞു: 'മുഖം കുനിച്ചു നിൽക്കുന്ന പെൺകുട്ടികളിൽ അവ ളെ അറിയാവുന്നവരെല്ലാം പൊട്ടിച്ചിരിക്കുകയാണ്'

എല്ലാവരുമൊഴിഞ്ഞുപോയപ്പോൾ കാറ്റാടിമരങ്ങളുടെ തണലിൽ ഞാൻ മാത്രം ബാക്കിയായി. നീ വീണ്ടും പറഞ്ഞു: 'ആ പെൺകുട്ടി... അരുണ- എല്ലാം മറന്നു കരയുകാണ്.' ഞാൻ ഓടി. പടക്കുതിരയുടെ വേഗത്തിൽ. വിമൻസ് ഹോസ്റ്റലിന്റെ ഗെയ്റ്റിലെത്തിയപ്പോൾ നാഴി കകൾ ഓടിത്തളർത്തുന്ന ഭ്രാന്തൻ നായയെപ്പോലെ കിതച്ചു. പകച്ചു നിന്ന വാർഡനേയും പെൺകുട്ടികളേയും ഞാൻ കണ്ടില്ല. തലയിണ

യിൽ മുഖമർത്തി കരയുന്ന അരുണയെ മാത്രം കണ്ടു. അവളെ പിടിച്ചെഴുന്നേൽപിച്ചിട്ടു പറഞ്ഞു: കരയാതെ കുട്ടി, നിനക്കു ഞാനുണ്ട്,' അവളുടെ കണ്ണുകൾ വിടർന്നു അവിടെ. ഭയത്തിന്റെ വൃത്തങ്ങൾ വലുതായി വന്നു. വിറയ്ക്കുന്ന ചുണ്ടുകൾ വാക്കുകൾക്കു രൂപം കൊടുത്തു.

'ഭ്രാ.....ന്തൻ, ഭ്രാ.....ന്തൻ'

ആ നിമിഷത്തിൽ നീയെന്നെ വിട്ടുപിരിഞ്ഞു. എന്നിൽ നിന്നും നിന്റെ ഭാരം ഒഴിഞ്ഞു. ഞാൻ വിറച്ചു. ഞരമ്പുകളിൽ ഭയത്തിന്റെ അണുക്കൾ നച്ചെലിയുടെ ആർത്തിയുമായി പാഞ്ഞു നടന്നു. ശക്തി ചോർന്നു വീണു പോകുമോ എന്നു ഞാൻ ഭയന്നു. ഉണങ്ങിയ പുളിക്കമ്പുകൾ പോലുള്ള കാലുകൾ എന്നെയും വഹിച്ച് ഓടി.

മെൻസ് ഹോസ്റ്റലിലെ ഡൈനിങ്ങ് ഹാളിൽ എനിക്കു ചുറ്റും മുഖങ്ങൾ!

പരിഹാസത്തിന്റെ....

സഹതാപത്തിന്റെ....

'ഭ്രാന്തൻ'

'പാവം'

ഞാനൊറ്റക്കിരുന്നു കരഞ്ഞു. നീയാണെന്നെ കിറുക്കനാക്കിയത്.

നിന്റെ കഴുത്തിൽ എന്റെ വിരലുകളമർന്നു. വിരലുകളിലെ നഖങ്ങളമർന്നു. നിന്റെ കണ്ണുകൾ വെളിയിലേയ്ക്കു തള്ളി. നീ പിടഞ്ഞു വീണപ്പോൾ ഞാൻ ചവിട്ടിയരച്ചു. നിന്റെ തല പൊട്ടിപ്പിളരുന്നതു കണ്ടപ്പോൾ ആർത്തു ചിരിച്ചു. ഭ്രാന്തമായ ആവേശത്തോടെ അലറി.

എന്നിട്ടും നീ മരിച്ചില്ലെന്ന് ഞാനറിയുന്നു. നിങ്ങളെ കുറിച്ച് ഈ കനം കുറഞ്ഞ നിമിഷത്തിൽ ഓർക്കാൻ ശക്തി തന്നത് നീയാണ്. ഇന്നലെ രാത്രിയിലാണ് നിങ്ങളെ കണ്ടത്. ആദ്യമായി കാണുകയായിരുന്നില്ല.എന്നിട്ടും അങ്ങനെ തോന്നി.

കയറ്റം കയറി വരുന്ന ലോറിയുടെ വെളിച്ചത്തിൽ–

മെലിഞ്ഞ കാലുകളിൽ മരണത്തെ ഭയന്ന് റോഡരികിലേക്ക് ഓടിപ്പോവുകയായിരുന്നു നിങ്ങൾ. നഗരത്തിലെ ഫാക്ടറിയിൽ നിന്ന് ജോലി കഴിഞ്ഞു മടങ്ങുന്ന നിങ്ങൾ കടന്നുപോയപ്പോൾ പുളിച്ച കള്ളിന്റെ മണം എന്റെ മൂക്കിൽ അടിച്ചു കയറി. മുന്നിൽ പടർന്നു കിടന്ന ഇരുട്ടിൽ കണ്ണയച്ചു നടക്കുമ്പോൾ ഞാൻ കണ്ടു–

പഴകിയ മൺകലങ്ങളിൽ കഞ്ഞിയുമായി കാത്തിരിക്കുന്ന ഭാര്യമാരെ, വെറും നിലത്ത് കീറപ്പായിൽ കിടന്നുറങ്ങുന്ന കുഞ്ഞുങ്ങളെ.

'ഇതിനുപ്പില്ലല്ലോടീ, നായെ.'

ഇതു നിന്റെ മറ്റവനു കൊണ്ടുക്കൊടുക്കെടി.'

നിങ്ങളുടെ തെറിവാക്കുകൾ ഞാൻ കേട്ടു. നിങ്ങൾക്ക് നിങ്ങളുടെ ഭാര്യമാർക്ക്, കുഞ്ഞുങ്ങൾക്ക്, എന്നാണ് സുഖമുണ്ടാവുക?

എനിക്കു കരയണമെന്നു തോന്നുന്നു.

പക്ഷേ, കരഞ്ഞു കൂടാ, എന്റെ കണ്ണുകൾക്കു മുന്നിൽ കമ്പി വലകളുണ്ട്.

കരയരുത്.

കരഞ്ഞാൽ കറുത്ത, കിഴവൻ കാക്കകൾ പറന്നു വരും,.തലയിലും കഴുത്തിലും മുഖത്തുമെല്ലാം കൊത്തിപ്പറിക്കും. ഞെട്ടിപ്പിക്കുന്ന ശബ്ദ ത്തിൽ ചോദിക്കും: 'അവർ നിന്റെ ആരാണ്?'

ആരാണ്?

എന്റെ അമ്മമാർ, അച്ഛൻമാർ, പെങ്ങന്മാർ, അനിയന്മാർ

നിങ്ങളെത്ര പാവങ്ങളാണ്.

നനവൂറുന്ന ചുണ്ടുകളുള്ള പൊയ്മുഖം ധരിച്ച പാറകളെ നിങ്ങൾ വിശ്വസിക്കുന്നു. പാറകൾക്കിടയിൽ വെള്ളമുണ്ടെന്നു കരുതുന്നു. പാറകളുടെ നിറങ്ങളുടെ പേരിൽ തമ്മിൽ തല്ലുന്നു. നിങ്ങളിൽ പലരും അവയിൽ തന്നെ തല തല്ലി മരിക്കുന്നു.

എന്റെ കണ്ണുകൾ നിറയുന്നു!

മടവാൾ ചുണ്ടുകളുള്ള കാക്കകൾ പറന്നുവരുമെന്ന കാര്യം ഞാൻ മറന്നു പോകുന്നു!!.....

നീ, നീയാണെന്നെ കരയിച്ചത്. ഇവിടെ തന്നെ നിന്നാൽ ഇനിയും നീ കരയിക്കും, പലതും ചെയ്യിക്കും. ഇല്ല.

ഞാൻ വിടില്ല.

നിന്നെ ഞാൻ ആൾക്കൂട്ടത്തിൽ മുക്കിക്കൊല്ലും.

അവരുടെ ചിരിയിൽ,

വിലപേശലുകളിൽ

പ്രസംഗങ്ങളിൽ,

കലഹങ്ങളിൽ...

എന്റെ കാലുകളിൽ ഭൂമിയുടെ ഭാരം കെട്ടിവെച്ചത് ആരാണ്?

ഇരുട്ടിന്റെ നിഴൽ വീണ ആകാശത്തിന്റെ ചരിവിൽ കൊറ്റികളുടെ കഴുത്തിൽ കൊത്തിപ്പറിക്കും. എത്രയോ അടി താഴെ പാടങ്ങളിലെ കറുത്ത ചെളിയിലോ, റബ്ബർ മരക്കാട്ടിന്റെ ദുസ്സഹമായ ഇരുണ്ട നിശ്ശബ്ദ തയിലേക്കോ തള്ളിയിടും.

റോഡരികിലെ പ്രവാഹത്തിന് ശക്തികൂടുന്നു. തിരക്കിട്ട് വീട്ടിലേ ക്കു തിരിക്കുന്ന മനുഷ്യർ. ഈ പ്രവാഹത്തിലെ ഒരു ബിന്ദുമാത്രമാണ ഞാൻ. എനിയ്ക്കു ലക്ഷ്യമില്ലെന്ന വ്യത്യാസമുണ്ട്.

എരിയുന്ന പ്രകാശഗോളങ്ങളും കമാനാകൃതിയിലുള്ള ഗെയ്റ്റും വിളിച്ചു പറഞ്ഞു: 'ഇതു പാർക്കാണ്.' പുൽത്തകിടിയിൽ കുട്ടികളും സ്ത്രീകളും ഇരിക്കുന്നു. കോൺക്രീറ്റു ബെഞ്ചുകളിൽ സിഗരറ്റു മൊത്തി ക്കുടിക്കുന്ന പുരുഷന്മാർ.

ചക്രവാളത്തിൽ സായാഹ്നത്തിന്റെ ഛർദ്ദിൽ. കാലുകൾക്ക് ഭാരം കൂടി വരികയാണൊ?

'എറിയൂ ഡാർലിംഗ് എറിയൂ'

പാർക്കിനു വെളിയിൽ കടലിലേക്കുന്തി നിൽക്കുന്ന കിഴവൻ പാറയുടെ മുകളിൽ നിന്ന് വക്കീൽ എറിയുന്നു. അരക്കെട്ടിൽ കൈകൾ ചേർത്തുവെച്ച ഭാര്യ പ്രോത്സാഹിപ്പിക്കുന്നു.

'എറിയൂ ഡാർലിംഗ് എറിയൂ.'

താഴെ ഇടിഞ്ഞ കടൽഭിത്തിയുടെ വിള്ളലിലകപ്പെട്ട മത്സ്യം പിടയുന്നു. നോക്കി നിൽക്കുന്നവരിൽ ആരോ പറഞ്ഞു.'കിനാവു കണ്ട നടന്നേരിക്കും, കൂട്ടുകാര് കൊറ്റും തേടി നടന്നപ്പൊ ഒറ്റപ്പെട്ടു.'

വക്കീലിന്റെ കയ്യിൽ നിന്ന് തെറിച്ചു വീണ പാറക്കല്ലിൽ മത്സ്യത്തിന്റെ തല ചതഞ്ഞു. നീ വിളിച്ചു പറഞ്ഞു. 'രക്ഷപ്പെട്ടിരിക്കുന്നു. അവൻ രക്ഷപ്പെട്ടിരിക്കുന്നു. അവനെ ഒറ്റപ്പെടുത്തിയ അവന്റെ തല തകർന്നിരിക്കുന്നു.'

ഞാൻ ഇറങ്ങി ഓടി. കടൽ ഭിത്തിയിൽ തിരമാലകളുടെ അടിയേറ്റു കിടന്നു. കരയുന്ന സ്വരത്തിൽ അപേക്ഷിച്ചു:

'എറിയൂ സ്നേഹിതാ എറിയൂ'

മരിച്ച വീട്

പി.കെ പാറക്കടവ്

ആളുകൾ കൂട്ടം കൂട്ടം കൂട്ടമായി മരിച്ച വീട്ടിൽ എത്തുന്നു.
കള്ളിക്കുപ്പായമിട്ട കുറുവന്തേരിക്കാർ രാഷ്ട്രീയ കാര്യങ്ങളും ഗൾഫ് വിശേഷങ്ങളും ഒച്ചയില്ലാത്ത ശബ്ദത്തിൽ ചർച്ച ചെയ്യുന്നുണ്ട്.

അന്തരീക്ഷത്തിൽ റോത്മാൻസിന്റെ പുകചുരുളുകൾ-

പെർഫ്യൂമിന്റെ ഗന്ധം-

ഖുർ ആനിന്റെ ഈണവും ചന്ദനതിരിയുടെ മണവും

ഖബറിലേക്ക് കൊണ്ടുപോകാൻ മൃതദേഹം മയ്യത്തുകട്ടിലിൽ എടുത്തുവെച്ചു.

നീണ്ട വളഞ്ഞ കാലുള്ള കുടയുമായി പോസ്റ്റ്മേൻ അച്ചുതൻ അവിടെ കയറി വന്നു.

പെട്ടന്ന് മയ്യത്തു കട്ടിലിൽ നിന്ന് മരിച്ചയാൾ എഴുന്നേറ്റിരുന്ന് ചോദിച്ചു.

'എന്റെ വിസ എത്തിയോ?'

കോമാളിക്കൂത്ത്

തോമസ് ജോസഫ്

ഇടിഞ്ഞുപൊളിഞ്ഞ ഒരു പഴയലോറിയിലായിരുന്നു ഞങ്ങൾ യാത്ര പുറപ്പെട്ടത്. കറങ്ങിക്കുതിച്ചിരുന്ന ചക്രങ്ങളിൽ പാതകൾ കറുത്ത ചുരുൾത്തുണികളായി ചുറ്റിപ്പിണഞ്ഞുകൊണ്ടിരുന്നു. ഒടുവിൽ എത്തിയത് തകരപ്പാളികൾ കൊണ്ടു നിർമ്മിച്ച ഒരു തിയേറ്ററിലായിരുന്നു.

കാലബോധമില്ലാത്ത ഒരു കറുത്ത സ്റ്റേജ്.

നാടകം കാണുന്നതിന് സമയം ചായുന്നതിനുമുമ്പേ എത്തിയിരുന്നു. കുട്ടികൾ സ്റ്റേജിനു താഴെയിരുന്ന് ഉറക്കെ ചിരിക്കുകയോ ചൂളം കുത്തുകയോ മറ്റ് ആഹ്ലാദ പ്രകടനങ്ങളിൽ മുഴുകുകയോ ചെയ്തു.

യാത്രയുടെ ക്ഷീണാധിക്യങ്ങളിൽ നിന്നും പിടഞ്ഞുണരുക ഒരനിവാര്യ കർമ്മമാകവേ, വിശ്രമത്തെക്കുറിച്ചു ചിന്തിക്കാൻ പോലുമാവാതെ- അവസാനത്തെ ഒരുക്കൂട്ടുകളിലേക്ക്- ചമയങ്ങളിലേക്ക്- സംഗീതങ്ങളുടെ വിഭ്രമാത്കലോകങ്ങളിലേക്ക്- ഞങ്ങൾ എടുത്തുചാടി മുങ്ങി. വെപ്രാളങ്ങളുടെ പൊരുത്തക്കേടുകളിൽ വികൃതാസ്ഥികൾ ഞങ്ങളെ പൊതിഞ്ഞിരിക്കുന്നതായി ഞാനറിഞ്ഞു. ഞാനറിയാതെ എന്റെയുള്ളിൽ ചിരിപൊട്ടി. തുടർന്ന് എന്റെ സുഹൃത്തുക്കൾ എനിക്കു മീതെ ചിരികളുയർത്തിയ വെള്ളിച്ചങ്ങലകൾ തെറിപ്പിച്ചെറിഞ്ഞു. അവർക്കും നടുവിൽ ഞാൻ അന്ധനും മൂകനുമായി. പരിഹാസങ്ങളുടെ ചെളിവെള്ളങ്ങളിൽ ഞാൻ നനഞ്ഞൊലിച്ചു.

'അവൻ ഒന്നാം തരം തമാശക്കാരൻ തന്നെ'- അവരുടെ ചുണ്ടുകളിൽ അപ്പോഴും ചിരിയുടെ വറ്റാത്ത ഈർപ്പം ഊറിക്കിടന്നു.

പുറത്തു നിറയുന്ന ആൾക്കൂട്ടത്തിന്റെ വേലിയേറ്റം സമുദ്രത്തിലെ

തിരകളായി അനുനിമിഷം ഇരമ്പിയാർത്ത് എന്റെ അബോധങ്ങളിൽ നനവു പടർത്തി. ഇരുൾപ്പൂച്ചകൾ പതുങ്ങിക്കിടന്നിരുന്ന ഒരു മൂലയിൽ നിന്ന്- എനിക്ക് മീതെ നിഗൂഢതയുടെ ഒരു പുതപ്പ് വലിച്ചിട്ട് സ്റ്റേജിനു താഴെ നിറഞ്ഞിരുന്ന പുരുഷാരത്തിലേക്ക് ഞാൻ കണ്ണുകൾ പായിച്ചു. (ആരെങ്കിലുമറിഞ്ഞാൽ അവർ എന്നിൽ വിഡ്ഢിത്തത്തിന്റെ ഒരു ഭാണ്ഡം കയറ്റിവയ്ക്കുമെന്ന് എനിക്കുറപ്പുണ്ടായിരുന്നു.)

വൈദ്യുതദീപങ്ങളുടെ പ്രകാശം മരിച്ചവരുടെ കണ്ണുകളിൽ നിന്നും തൂവിപ്പരക്കുന്നതുപോലെ... എല്ലാ മുഖങ്ങളും അവ്യക്തങ്ങളായിരുന്നു. ഇടയ്ക്കിടെ ചിമ്മിയിരുന്ന കണ്ണുകളോ, മൂക്കിൻ തുമ്പുകളോ ബീഡി ക്കറ പുരണ്ടിരുന്ന- ലിപ്സ്റ്റിക്കിട്ടിരുന്ന- ചുണ്ടുകളോ, പലരുടേയും മുഖങ്ങൾ എനിക്കു കാണിച്ചുതന്നു. അതും സ്റ്റേജിനു തൊട്ടുതാഴെ ഇരുന്നവരുടേതുമാത്രം പിന്നിലേക്കു കണ്ണുകൾ ചിമ്മുന്ന കാളിമ.

കറുത്ത ഓർമ്മകളുടെ നൂലിഴകളിൽ തൂങ്ങിയാടുന്ന കസേരകളിൽ ചാഞ്ചാടിക്കൊണ്ടിരിക്കുന്നവർ. അവർ നിശ്ശബ്ദതയുടെ കനത്ത ആഴ ങ്ങളിൽ വീണുപോയിരിക്കുന്നു. അവരറിയാതെ അവരുടെ ചുണ്ടുകൾ മാത്രം തുറന്നടഞ്ഞുകൊണ്ടിരുന്നു. ശബ്ദങ്ങളുടെ ജഡങ്ങൾ വെറുതെ തെറിച്ചു വീഴുന്നു. പിന്നിലേക്കു നീങ്ങിയ എന്റെ കൺണിമകളിൽ, അന വധി കണ്ണുകളുടെ ചിമ്മലുകൾ, അടഞ്ഞുപോയ കൺപോളകൾ, അവ രറിയാതെ കോർക്കപ്പെട്ടു. അവരുടെ മുഖങ്ങളിൽ ശിരസ്സുകൾക്കുമുക ളിൽ ഇരുളിന്റെ സൂചിത്തുള്ളികൾ പാറിവീഴുന്നു. ഹാളിന്റെ ഇരുവശ ങ്ങളിലും നിന്നിരുന്ന തൂണുകൾക്കു പിന്നിൽ ആരും കാണാത്തവരായി ആരും അറിയാത്തവരായി, ചിലർ ഇരിപ്പിടങ്ങൾ ലഭിക്കാതെ നിലത്തി രിക്കുകയോ, മറ്റു ചിലർ തൂണുകളിൽ ചാരി നിൽക്കുകയോ ചെയ്തു. തൂണുകൾക്ക് പിന്നിൽ നിന്ന് കഴുത്തുകൾ വളച്ച് അടഞ്ഞു പോവുന്ന കണ്ണുകൾ വലിച്ചു തുറന്ന് കർട്ടൻ ഒരു ചുരുൾത്തിരയായി ഉയർന്നു പൊങ്ങുന്ന നിമിഷവും കാത്തിരുന്നു.

ഓർക്കാപുറത്ത് എന്റെ പിടലിക്ക് ഒരടിവീണു. കുറ്റബോധത്തോടെ നിസ്സഹായതയോടെ, പിടഞ്ഞെഴുന്നേൽക്കുമ്പോൾ മാനേജരുടെ ക്രൂര മായ കണ്ണുകൾ. ഒടിഞ്ഞു തൂങ്ങിയ ശിരസ്സുമായി ഞാൻ റിഹേഴ്സൽ റൂമിലേക്കു നടന്നു. മറ്റൊന്നിനും എനിക്കു കഴിയുമായിരുന്നില്ല. എന്റെ വിചാര ലോകങ്ങളിൽ, എന്നെ ചൂഴ്ന്നു വളർന്ന പരിഹാസ്യതയ്ക്ക് നടുവിൽ ഞാൻ ഏകനായി. എന്റെ പരാജയങ്ങൾ, എന്റെ ദൈന്യതകൾ തുടങ്ങിയതെന്നെന്ന് വെറുതെ ചിന്തിക്കാൻ ശ്രമിക്കുകയായിരുന്നു. ഞാൻ പിറവികൊള്ളുന്നതിനു മുൻപേ ആരോ എനിക്കായി കുരിശു കൾ തീർക്കാൻ തുടങ്ങിയിരുന്നു. മുൾമുടികൾ മെനയാൻ തുടങ്ങിയി രുന്നു. എല്ലാം അദ്ഭുതം വിരിയുന്ന ഒരമ്പരപ്പായി എന്നെ വലയം ചെയ് തിരിക്കുന്നു. വരാനിരിക്കുന്ന വേഷങ്ങളുടെ പ്രകടനങ്ങൾ എന്നിൽ ആജ്ഞതയുടെ ഇരുട്ട് കുത്തി നിറയ്ക്കുകമാത്രം ചെയ്തു. ഓർമ്മക ളുടെ സന്ധ്യകൾ വിരിയുമ്പോൾ ഞാൻ ഈ രംഗമണ്ഡപത്തിനുള്ളി ലായിരുന്നു. ഇണങ്ങാത്ത വേഷങ്ങളുടെ വൈകൃതങ്ങൾ വാരിയണി

ഞ്ഞ് എന്നോടൊപ്പം എന്റെ സഹചാരികളുമുണ്ടായിരുന്നു. അവർ സമയത്തിന്റെ കുളമ്പടിയൊച്ചകൾക്കപ്പുറം ആടിത്തിമിർക്കേണ്ട കഥാപാത്രങ്ങളിൽ സ്വയം നഷ്ടപ്പെട്ടുകൊണ്ടിരുന്നു. ആരോ എറിഞ്ഞു കൊടുത്ത ഉച്ഛിഷ്ടങ്ങൾ പോലെ അവരുടെ നാവിൻ തുമ്പുകളിൽ വാക്കുകൾ കിടന്നു ചതഞ്ഞു. ദുഃഖത്തിന്റെയും സഹതാപത്തിന്റേയും പരിഹാസ്യതയുടേയും ഓരോ തീവ്രഭാവങ്ങളും സ്വയം ഉൾക്കൊള്ളാൻ ശ്രമിച്ചിരുന്ന അവരുടെ മുഖങ്ങൾ കോടിപ്പരന്ന് ചളുങ്ങിച്ചതഞ്ഞ അലുമിനിയപ്പാത്രങ്ങൾ പോലിരുന്നു.

നാടകം അഥവാ കോമാളിക്കൂത്ത് ആരംഭിക്കാൻ സമയമായിരുന്നു. നാടകക്കമ്പനിയുടെ മാനേജർ എന്നോടു മാത്രമായി ഒരനുനയസ്വരത്തിൽ ഇത്രമാത്രം പറഞ്ഞു:

'ഇതാ, നാടകം ആരംഭിക്കുകയായി. നാടകത്തെ രക്ഷിക്കേണ്ടത്, കാണികളുടെ കൈയടി വാങ്ങേണ്ടത് നിന്റെ കഴിവും സാമർത്ഥ്യവുമാണ്.'

അവർ എനിക്ക് ഒരു കൊമേഡിയന്റെ ഭാഗം നൽകിയതിന്റെ മാനദണ്ഡം എന്തെന്ന് എനിക്കറിഞ്ഞുകൂടായിരുന്നു. എനിക്കൊരിക്കലും കൊമേഡിയനാകാൻ കഴിയില്ലെന്നും, കുരിശുചുമക്കുന്നവനായാൽ മതിയെന്നും എത്രയോ പ്രാവശ്യം ഞാൻ താണുകേണപേക്ഷിച്ചതായിരുന്നു.

എന്റെ അപേക്ഷയിലെ ദൈന്യതയും നിസ്സഹായതയും കർട്ടൻ വലിക്കാൻ നിറുത്തിയിരുന്ന ചെറുക്കനടക്കം എന്റെ സുഹൃത്തുക്കളെ വല്ലാതെ ചിരിപ്പിക്കുകയുണ്ടായി.

സ്റ്റേജിനു താഴേ കാണികളിൽ നിന്നും തെറിച്ചുയർന്ന ശബ്ദങ്ങൾ പാറച്ചീളുകളായി ചിതറിക്കൊണ്ടിരുന്നു. പെട്ടെന്ന് നാടകത്തിന്റെ ആരംഭത്തെ സൂചിപ്പിക്കുന്ന അനൗൺസറുടെ ശബ്ദം, ഭീതിജലം എനിക്കുമീതെ കോരിയൊഴിക്കപ്പെടുന്നു. എന്റെ കാതുകളിൽ കുഴുകന്മാരുടെ ചിറകടിയൊച്ചകളായി കർട്ടൻ വലിച്ചുയർത്തപ്പെടുന്നതിന്റെ ശബ്ദം എന്റെ കണ്ഠനാളത്തിൽ വീണു. മുറുകുന്ന കൊലക്കയർ, ശബ്ദത്തുള്ളികൾ തൊണ്ടയിൽ കുടുങ്ങിച്ചാകുന്നു. പുറത്തേക്ക് ഇറങ്ങിയോടാൻ ഒരു പഴുത് അന്വേഷിക്കാൻ തുടങ്ങുമ്പോഴാണ് മാനേജരുടെ ചോരക്കണ്ണുകൾ എനിക്കു മേൽ ക്രൂരമായി പതിഞ്ഞിരിക്കുന്നത് ഒരു ഞെട്ടലോടെ ഞാനറിയുന്നത്. ഇനി വിധിക്കപ്പെട്ട ഭാഗം ആടിത്തിമിർക്കുകയേ നിവൃത്തിയുള്ളു.

നാടകം തുടങ്ങിക്കഴിഞ്ഞിരുന്നു. രംഗമണ്ഡപത്തിൽ എടുത്തെറിയപ്പെട്ട ഒരു റബ്ബർപന്തു പോലെ തട്ടിയും മുട്ടിയും തെറിച്ചുയർന്നു താഴ്ന്നുകൊണ്ടിരിക്കുന്ന കാൽവെയ്പുകളിൽ എന്റെ രംഗപ്രവേശം.

കാണികളിൽ പൊട്ടിവിരിഞ്ഞ ചിരിയുടെ വെള്ളിച്ചങ്ങലകൾ എന്റെ തലച്ചോറിൽ കിടന്നലച്ചു. ഇതാ, കോമാളിക്കൂത്ത് ആരംഭിക്കുകയായി. പറഞ്ഞു പഠിച്ച വാചകങ്ങൾ, പരിശീലിച്ചു പഴകിയ വികൃതചലനങ്ങൾ എന്നിൽ പിടഞ്ഞുണരുകയായി.

ചിന്തകളുടെ കുനാക്കുരുക്കുകളിൽ ഞാൻ എന്നെ മറന്നുതുടങ്ങി. വചനങ്ങളുടെ ഉച്ഛിഷ്ടങ്ങൾ എനിക്കു കൈമോശം വന്നിരുന്നു. സംഭാഷണങ്ങളുടെ ആവർത്തനങ്ങളിൽ നിന്നുപോലും ആദ്യാവസാനങ്ങളെ ബന്ധിപ്പിക്കുന്ന കണ്ണിലൂടെ തുങ്ങിപ്പിടിച്ചു കയറാൻ കഴിഞ്ഞില്ല. പെട്ടെന്ന് സ്റ്റേജിനു മദ്ധ്യത്തിൽക്കിടന്ന് ഒരു കുരിശുപോലെ ഞാൻ നിശ്ചലനായി. എന്നിലേക്കു വിറച്ചടുത്തുകൊണ്ടിരുന്ന കറുത്ത തുണികളിൽ ഞാൻ മരണത്തിന്റെ തട്ടുകൾ ദർശിച്ചു. മുക്തിയുടെ നിത്യമായ വരപ്രസാദം എനിക്കു മേൽ കനിഞ്ഞിരിക്കുന്നു. ശാശ്വതമായ കറുപ്പ് എന്റെ സിരാപടലങ്ങളിൽ തൂവിപ്പരക്കുന്നു. ശവമണികളുടെ പിടഞ്ഞു നീളുന്ന മുഴക്കങ്ങൾ– പ്രാർത്ഥനാഗീതങ്ങളുടെ കറുത്ത തുള്ളികൾ – എന്നെ മൂടുന്നു.

ആരുടെയോ കാലടികളിൽ സ്റ്റേജ് കലുങ്ങിത്തുടങ്ങുന്നതുപോലെ, ശിരസ്സിൽ ചോരയെ സ്തംഭിപ്പിക്കുന്ന കനത്ത ആഘാതം. ചുണ്ടുകളിൽ ചോര പതയുന്നു. കാണികളിൽ നിന്നുയർന്ന ഭ്രാന്തൻ കൂവലുകൾ. എന്റെ ചലനങ്ങളുടെ പൊരുത്തക്കേടുകളിൽ എന്റെ അന്ത്യം. സ്മൃതി മങ്ങിമങ്ങിപ്പോകുന്നു. ഞാൻ എനിക്ക് മാത്രമായി നിർമ്മിച്ച ദുരന്തകഥ. കണ്ണുകൾക്കു മുമ്പിൽ ആരോ ഉയർത്തിപ്പിടിച്ച കറുത്ത കാസ, കാസയിൽ കയ്പുനീർ..

'ഇനിയെങ്കിലും നിങ്ങൾ എന്നിൽ നിന്നും ഈ വികൃതവേഷങ്ങൾ അഴിച്ചുമാറ്റുക. എനിക്കു മുൾമുടിയും മരക്കുരിശും നൽകുക.'

ആർത്തലയ്ക്കുന്ന ചിരിയുടെ ജഢങ്ങൾ എനിക്കുമേൽ കനത്തമർന്നുകൊണ്ടിരുന്നു.

നഗരത്തിലെ വാടകവീടുകൾ

കെ.ആർ മല്ലിക

ഓഫീസ് വിട്ടുവരുമ്പോൾ എന്റെ വാടകവീട്ടിൽ സിറ്റൗട്ടിലെ മൂട്ടകൾ നിറഞ്ഞ ചൂരൽ കസേരകളിലൊന്നിൽ വിജയൻ ക്ഷമയോടെ കാത്തിരിക്കുകയായിരുന്നു. വൃത്തങ്ങളിൽ മൂകജീവി എന്നറിയപ്പെടുന്ന, സുഹൃത്തുക്കൾ അധികമില്ലാത്ത എനിക്ക് സാധാരണയായി അതിഥികൾ ഉണ്ടാവാറില്ല. വിജയനെ അതിഥിയെന്ന് വിളിക്കാനാവില്ല. കാരണം ഞങ്ങൾ ഒരേ നാട്ടുകാരാണ്. പറഞ്ഞുവരുമ്പോൾ സുഹൃത്തുക്കളെക്കാൾ ബന്ധുക്കളുമാണ്. തൊഴിൽ ഒരേ നഗരത്തിലായിട്ടും തമ്മിൽ കാണാനിടയുണ്ടാവാറില്ല. രണ്ടുപേരുടേയും ഓഫീസ് എതിർ ദിശകളിലാണെന്നതാണ് പ്രധാന കാരണം. അതുകൊണ്ട് ഞങ്ങളുടെ വാസസ്ഥലങ്ങളും എതിർ ദിശകളിലായി. പിന്നെ വിജയൻ എന്നെപ്പോലെ ഒറ്റയാനുമല്ലല്ലോ.

ഞാൻ സറ്റൗവിലുണ്ടാക്കിയ ചായ മൊത്തിക്കുടിക്കുമ്പോൾ വിജയൻ വന്ന കാര്യത്തിലേക്ക് കടന്നു. അയാൾക്ക് ഒരു വാടകവീട് വേണം. അഡ്വാൻസ് പത്തോ നൂറോ കൊടുക്കാം. വാടക ലേശം കൂടിയാലും തരക്കേടില്ല. ഡീസന്റ് പാർട്ടിയുടേതാവണം വീട്. തന്റെ ഓഫീസിന്റെ കാര്യം പോകട്ടെ നടന്നോ സൈക്കിളിലോ ബസ്സിലോ പോകാം. മോളുടെ സ്കൂൾ ബസ് ഓടുന്ന റൂട്ടിലെവിടെയെങ്കിലും ആയിരിക്കണം വീട്.

നഗരത്തിൽ ഒരു വാടകവീട് കിട്ടുന്നതിന്റെ പ്രയാസം ഏറെക്കുറെ ഊഹിക്കാം. എട്ടുപത്ത് ദിവസത്തെ കഠിനശ്രമത്തിന് ശേഷമാണ് ഒരു വീട് കണ്ടെത്താൻ കഴിഞ്ഞത്. ഒരു വലിയ മതിൽകെട്ടി വീട് രണ്ടായി ഭാഗിച്ചിരിക്കയാണ്. ഒരു പകുതിയിൽ ഉടമസ്ഥൻ തന്നെ താമസിക്കുന്നു.

നല്ല സ്പോട്ട്. ചുറ്റുപാടെല്ലാം ഓഫീസ് ജീവനക്കാരാണ്. ഒരു ഗുലുമാലിനും സാധ്യതയില്ല.

വിജയനും കുടുംബവും താമസമാവുന്നതിന് മുൻപുതന്നെ വീട്ടുകാരോട് ഞാൻ കാര്യങ്ങളെല്ലാം സംസാരിച്ചിരുന്നു, വീട്ടുസാധനങ്ങളെല്ലാം ചിട്ടപ്പെടുത്തി യാത്ര ചോദിച്ചിറങ്ങുമ്പോൾ വിജയനും ഭാര്യയും ഇടയ്ക്കൊക്കെ ആ വഴി ഇറങ്ങണമെന്ന് പറഞ്ഞിരുന്നു. ഇറങ്ങാമെന്നൊക്കെ സമ്മതിച്ചിരുന്നെങ്കിലും ഒരിക്കൽ പോലും ഞാനത് ചെയ്തില്ല എന്നതാണ് സത്യം.

മാസം ഒന്നു കഴിഞ്ഞിരിക്കണം. ഒരു ദിവസം ഓഫീസ് വിട്ട് വരുമ്പോൾ വിജയൻ മൂട്ടകൾ നിറഞ്ഞ ചൂരൽ കസേരകളിലൊന്നിൽ പഴയതുപോലെ കാത്തിരിക്കുകയാണ്. ഒരു സൗഹൃദസന്ദർശനത്തിനാവുമെന്ന് ഞാൻ ന്യായമായും കരുതി. ഇന്ന് വിജയനോടൊപ്പം അയാളുടെ വാടകവീട് വരെ പോകണമെന്നും മാപ്പിരക്കണമെന്നും തീരുമാനിച്ചു.

ചായയുണ്ടാക്കുന്നതിന് മുൻപ് തന്നെ വിജയൻ വന്ന കാര്യത്തിലേക്ക് കടന്നു. വീടിന്റെ ഉടമസ്ഥ സ്വന്തം മകന്റെ ഭാര്യയുമായി ഇരുപത്തിനാലു മണിക്കൂറും ശണ്ഠയാണ്. ശണ്ഠയെന്നതോ പോകട്ടെ. പച്ചത്തെറിയാണ് വിളിച്ചു പറയുന്നത്. ഇക്കാരണം കൊണ്ട് സാധാരണ ആരും ആ വീട് വാടകയ്ക്ക് എടുക്കാറില്ല. വഴിപോക്കർ പോലും പുച്ഛത്തോടെയാണ് തങ്ങളെ നോക്കുന്നത്. അന്തസ്സുള്ളവർ എങ്ങനെ അവിടെ കഴിഞ്ഞു കൂടും?

അങ്ങനെ വീണ്ടും ഞാനൊരു വാടകവീട് തേടിയിറങ്ങി. എന്റെ കാഷ്വൽ ലീവ് മുക്കാലും ഈ വേട്ടയ്ക്ക് വേണ്ടി ചെലവഴിച്ചു. ഇത്തവണ ഉടമസ്ഥർ തൊട്ടടുത്തുള്ള വീടുകളെല്ലാം ഞാനുപേക്ഷിച്ചു. ഇനിയും ഒരാവർത്തനം ഉണ്ടാവരുതല്ലോ. ഒടുവിൽ, വാടകയ്ക്ക് കൊടുക്കാനായിത്തന്നെ വിശാലമായ കോമ്പൗണ്ടിൽ കെട്ടിയിട്ടിരുന്ന രണ്ട് വീടുകൾ കണ്ടെത്തി. ഒന്നിൽ ആൾ താമസമുണ്ട്. ഉടമസ്ഥർ കുറച്ചകലെയാണ്. വാടക പിരിക്കാനും തേങ്ങ ഇടിയിക്കാനുമേ അവർ വരാറുള്ളു,

ഒരിക്കൽകൂടി ഞങ്ങൾ വീട്ടു സാധനങ്ങൾ ചിട്ടയിലാക്കി സമാധാനത്തോടെ സൗഹൃദത്തോടെ പിരിഞ്ഞു.

ഏകദേശം ഒന്നുരണ്ടു മാസങ്ങൾക്ക് ശേഷം എന്നെ അമ്പരപ്പിച്ചുകൊണ്ട് വിജയൻ വീണ്ടും എന്റെ ചൂരൽ കസേരകളിലൊന്നിൽ പ്രത്യക്ഷപ്പെട്ടു. ഇക്കുറി പ്രതികളായത് ഉടമസ്ഥരല്ല. അയൽക്കാർ തന്നെയാണ്. പൊഴിഞ്ഞു വീണ ഒരു തേങ്ങ എടുക്കാൻ തുനിഞ്ഞ വിജയന്റെ ഭാര്യയെ അയൽക്കാരിയുടെ ഭർത്താവ് ഉന്തി താഴെയിട്ടു. വകുപ്പ് നിസ്സാരമല്ല, ക്രിമിനൽ കുറ്റമാണ്. കമിഴ്ന്ന് വീണ അവർ ശ്വാസതടസ്സം മൂലം ഒരാഴ്ച ആശുപത്രിയിൽ കഴിഞ്ഞു. തീർന്നില്ല, കേസ് രജിസ്റ്റർ ചെയ്തേ താനടങ്ങു എന്ന് വിജയൻ അടുത്തുള്ള ബീനാ സലൂണിൽ പറഞ്ഞു. കേസ് കൊടുത്താൽ തട്ടിക്കളയുമെന്ന് അയൽക്കാരൻ വിജയനെ തടഞ്ഞു നിർത്തി ഭീഷണിപ്പെടത്തി. അവരില്ലാത്ത തക്കത്തിന് വീട്ടുതിണ്ണയിൽ

കോഴിയുടെ ചോരയിറ്റിച്ച് മന്ത്രം ചെയ്തു. മറികടന്നാൽ ഭ്രാന്ത് പിടി പെടാനോ ചോര ഛർദ്ദിച്ച് മരിക്കാനോ എന്തെങ്കിലും വീട്ടുപറമ്പിൽ കുഴിച്ചിട്ടുട്ടുണ്ടോ എന്ന സംശയവും ഉണ്ടെന്നാണ് ജനസംസാരം. മാത്രമല്ല അതിനുശേഷം കുട്ടിക്ക് തീരെ ദേഹസുഖമില്ല. ആ വീട്ടിൽ കുഴിച്ചാവുണ്ടെന്നും പറഞ്ഞുകേൾക്കുന്നു.

ഇത്തവണ വീടുവേട്ട ലോസ് ഓഫ് പേയിലായിരുന്നു. ഓഫീസിലെ പ്യൂണിന്റെ സഹായത്തോടെയാണ് ഒരു വീട് കണ്ടെത്തിയത്. മെയിൻ റോഡിൽ നിന്ന് അൽപം അകന്നിട്ടാണ് ഉടമസ്ഥൻ. ആ കോമ്പൗണ്ടിൽ തന്നെ. അത് തരക്കേടില്ല എന്ന് വിജയൻ പറഞ്ഞു. നല്ല ഭംഗിയുള്ള വീട്. നല്ല സൈറ്റ്. ഇവിടെയെങ്കിലും സ്വാസ്ഥ്യം കിട്ടട്ടെ എന്നാശംസിച്ച് ഞാൻ പിരിഞ്ഞു. വിജയൻ എനിക്കൊരു പേടി സ്വപ്നമായി. ഓരോ ദിവസവും ഓഫീസ് വിട്ടു വരുമ്പോൾ വിജയൻ എന്റെ ചൂരൽ കസേരകളിലെങ്ങാനും കണ്ടേക്കുമോ എന്ന ചിന്ത എന്നെ കണ്ടമാനം അലട്ടി. നഗരത്തിലെ വാടകവീടുകളെക്കുറിച്ചും ചുറ്റുപാടുകളെക്കുറിച്ചും സമഗ്രമായ ഒരു പഠനം തന്നെ ഞാനിതിനിടെ നടത്തി, തെരുവുകളുടെ ക്രമമനുസരിച്ചു ഒരു ലിസ്ററും തയ്യാറാക്കി. ഇപ്പോൾ നഗരത്തിലെ വാടകവീടുകളെക്കുറിച്ച് ഒരു ബ്യൂറോ തന്നെ എനിക്ക് തുടങ്ങാനാവും.

മൂന്നാല് മാസം കഴിഞ്ഞു വീണ്ടുമൊരു സായാഹ്നത്തിൽ ഓഫീസ് വിട്ടുവരുമ്പോൾ എന്റെ ചൂരൽ കസേരകളിലൊന്നിൽ എന്നെ ആനന്ദസാഗരത്തിലാറാടിച്ചുകൊണ്ട് അതാ, വിജയൻ കാത്തിരിക്കുന്നു. ഈ നഗരത്തിൽ വിജയന് വേണ്ടി വീട് തിരയാത്ത തെരുവുകൾ ഏതൊക്കെയെന്നും വീടുകൾ ഏതൊക്കെയെന്നും എനിക്ക് കാണാപ്പാഠമായി കഴിഞ്ഞിരുന്നു, ഒരു ദല്ലാളിന്റെ കച്ചവടക്കണ്ണുകളോടെ ഞാനവനിലേക്ക് പറന്നു വീണു.

ജന്മ സ്മരണ

കെ.രഘുനാഥൻ

വീതി കുറഞ്ഞ ഒരു ചാരുബഞ്ചിൽ ഏറ്റവും അറ്റത്തായിരുന്നു അയാൾ ഇരുന്നിരുന്നത്. ബഞ്ചിലെ സ്ഥലമില്ലായ്മ അയാളെ ഒരു തരത്തിലും ബാധിച്ചില്ല. അങ്ങനെ കുറേ നേരമായിരുന്നു ഇരിപ്പു തുടങ്ങിയിട്ട്. ബഞ്ചിൽ എഴുന്നുനിന്നിരുന്ന ഒരു ആണിയിൽ തന്റെ കുപ്പായത്തിന്റെ അടിഭാഗം കോർത്തുകീറിയതിൽ ആദ്യമുണ്ടായ വിഷമവും വിദ്വേഷവും അതൊരു പഴയ കുപ്പായമാണെന്ന് ആശ്വസിച്ചു മറന്നു. പക്ഷേ. അത്രയും നേരം ആ ബഞ്ചിൽ ആരും ഇരിക്കാത്തത് അയാളിൽ അദ്ഭുതത്തേക്കാൾ ആശങ്കയാണുവളർത്തിയത്. അത് രണ്ടു നടപ്പാതകൾ സന്ധിക്കുന്ന വിശ്രമസ്ഥാനമായിരുന്നു. ആളുകൾ ബഞ്ചിലിരിക്കാതെ കുറച്ചപ്പുറത്തുള്ള വൃക്ഷത്തിന്റെ അടിവേരുകളിൽ കേന്ദ്രീകരിച്ചു.

അതോടെ ആശങ്ക വളർന്ന് ഒരു സംശയനിവാണരണത്തിന്റെ ഘട്ടത്തോളമെത്തി. അയാളെ ബഞ്ച് ശരീരമുലച്ചു പരിശോധിച്ചു. സുരക്ഷിതം. മൂട്ടയുടേയോ മറ്റു പ്രാണികളുടേയോ ഉപദ്രവമില്ല. ഇതൊരു ഇരിപ്പിടമല്ലെന്ന സർക്കാർ അറിയിപ്പുകളില്ല. ഒന്നോരണ്ടോ ആണികൾ പൊന്തി നിൽക്കുന്നു എന്നതുകൊണ്ടു മാത്രം അതൊരു ഉപേക്ഷയ്ക്കുള്ള കാരണമാവുന്നില്ല. പക്ഷേ, ആരും ഇരുന്നില്ല. രണ്ടു മൂന്നുപേർ ബഞ്ചു ചുറ്റി നടന്ന് മരത്തണലിലേയ്ക്കുതന്നെ പോയി. അവരെല്ലാം ഈ കവലയിലെ പരിചിതരെപ്പോലെ പെരുമാറി. അപ്പോൾ അയാൾക്കതു ചോദിക്കാതെ നിർവ്വാഹമില്ലെന്ന ഘട്ടമായി. അയാൾ പതുക്കെ എഴുന്നേറ്റു. അവരെല്ലാം എന്തോ ഓർക്കുകയും അതേ സമയം ഇയാ

ളെ ശ്രദ്ധിക്കുകയും ചെയ്തിരുന്നു. അയാൾ ആരുടേയോ കാണാതായിപ്പോയ ഒരു മകനോ, സഹോദരനോ ഭർത്താവോ ആയിരിക്കാമെന്നവർ സങ്കൽപിച്ചു. പക്ഷേ, അവർക്കത് ചോദിച്ചു തീർക്കണമെന്നു തോന്നിയില്ല. തങ്ങളിളിവിടെനിന്നു വിശ്രമം തീർത്തു പോവുന്നതിന്നിടയ്ക്ക് എല്ലാവരോടുമായി അയാളത് പറഞ്ഞേയ്ക്കുമെന്ന് അവർ പ്രതീക്ഷിച്ചിരിക്കാം. അതിനാൽത്തന്നെ ഒന്നും ചോദിക്കാതെ അവർ ഇരുന്നപാടെ ഇരുന്നു. എന്നാൽ അയാൾ അടുത്തേയ്ക്കു വരുന്നതു കണ്ടപ്പോൾ അവരുടെ പ്രതീക്ഷയ്ക്ക് വ്യാപ്തിയേറി. അയാളാരായിരിക്കുമെന്ന് മുഖഭാവങ്ങളിൽ നിന്ന് അവർക്കറിയാനായില്ല.

വൃക്ഷത്തിന്റെ തണൽഭാഗത്തുനിന്നായി അയാളുടെ ചോദ്യം തുടങ്ങി. പ്രതീക്ഷയ്ക്കു വിരുദ്ധമായി ഒരു വിശദീകരണത്തിനു പകരം വന്ന ചോദ്യത്തിന്ന് അവർ എന്തു വേണ്ടു എന്ന് ആലോചിച്ചു. പിന്നീട് തങ്ങളുടെ ഒരു കർത്തവ്യമെന്ന നിലയിൽ ഇതിനു പ്രത്യേകിച്ചൊരു കാരണവുമില്ലെന്നും ഒരാൾ ഇരുന്നപ്പോൾ തങ്ങളും അതിൽ പങ്കുചേർന്നുവെന്നേയുള്ളുവെന്നും അവർ പറഞ്ഞു.

അപ്പോഴയാൾക്കു സമാധാനമായി. പക്ഷേ, ഈ ബഞ്ചിനെ സംബന്ധിച്ചാണെങ്കിൽ തനിക്കുതന്നെയൊരു മുൻഗണന അവകാശപ്പെടാൻ അർഹതയില്ലെന്നയാൾ അറിഞ്ഞു. ബഞ്ചിനു ചുവടെ ആ നായ ഇപ്പോഴുമുണ്ട്. അയാൾ തിരികെ ബഞ്ചിലേയ്ക്ക് മടങ്ങി. അവിടെ ഒരു ലോഡ്ജിന്റെ ഇടനാഴിയും വന്നു ചേരുന്നുണ്ട്. അത് അന്യർക്കു പ്രവേശനമില്ലാത്ത വഴിയാണ്. മുകളിൽ പോകേണ്ടവർക്കു നേർവഴിക്കു വരണം. തന്റെ മുറി വരാന്തയിലേക്കു ജനലുകളുള്ളതായതിനാൽ ചെറിയ ദ്വാരത്തിലൂടെ മുറിയുടെ ഒരു മൂലമാത്രം കാണാമായിരുന്നു. അത് അന്യർക്ക് പ്രവേശനമില്ലാത്ത വഴിയാണ്. മുകളിൽ പോകേണ്ടവർക്കു നേർവഴിക്കു വരണം. തന്റെ മുറി വരാന്തയിലേയ്ക്കു ജനലുകളുള്ളതായതിനാൽ ചെറിയ ദ്വാരത്തിലൂടെ മുറിയുടെ ഒരു മൂലമാത്രം കാണാമായിരുന്നു. അത് അവൾ കൂടെയുള്ളതുകൊണ്ടു വളരെ തന്ത്രപരമായി അയാൾ ചെയ്തതാണ്. സാധാരണയായി ഇണകൾ മാത്രം പാരവശ്യം തീർക്കാനെത്തുന്ന ലോഡ്ജായിരുന്നു അത്. മുറികളുടെ ജനലിന്റെ ഒരു ഭാഗത്ത് രഹസ്യമായി അവിടത്തെ ജോലിക്കാർ ചെറിയൊരു ദ്വാരമിടും. ഒരു ലെൻസുകൂടി ചിലതിൽ കാണാം. അല്ലാത്തതിന് കണ്ണ് അമർത്തിവെച്ചു നോക്കാം. അയാളത് മനസ്സിലാക്കിയതുകൊണ്ട് കട്ടിൽ നേരെ എതിർ മൂലയിലേക്കു മാറ്റുകയും അങ്ങനെയൊരു അസുഖം ഒഴിവാക്കുകയും ചെയ്തിരുന്നു. വളരെ ആലോചനയ്ക്കുശേഷമാണ് അയാളാ മുറി പുറമേനിന്ന് പൂട്ടിയത്. ഇപ്പോഴും അവൾ ഉറങ്ങുകയാവണം. വല്ലാത്ത ക്ഷീണമുണ്ടെന്ന് അവൾ പറഞ്ഞിരുന്നു. നിന്റെ ഇന്നലെത്തെ ഭർത്താവാരായിരുന്നു എന്ന ചോദ്യത്തിന് ചിരിക്കുകമാത്രമാണ് അവൾ ചെയ്തത്.

പക്ഷേ, ആ ചിരിയോടെ അവൾ കഥകൾ ആവർത്തിക്കുകമാത്രം ചെയ്തു. അവൾ ചിരിക്കാൻവേണ്ടി മാത്രം ചിരിച്ചതാണെന്നു തോന്നി.

എനിക്കൊരു സ്വർണ്ണമാല മുതൽ ഒരു വലിയ സാമ്രാജ്യം വരെ വാഗ്ദാനം ചെയ്തവരുണ്ട്. അവൾ പറഞ്ഞു: പക്ഷേ, അതെന്റെ ആഗ്രഹമായിട്ടില്ല. പാരവശ്യത്തിന്റെ സ്വതന്ത്രതയ്ക്കപ്പുറമുള്ള ഒരു ഭാവഗാനം മാത്രമായേ എനിക്കതെല്ലാം തോന്നിയിട്ടുള്ളൂ. എന്നല്ല, അതുതന്നെയല്ലേ ശരി?

ഉറങ്ങുമ്പോൾ ഈ കഥകൾ അവളെ വലയം ചെയ്യുന്നുണ്ടാവണം. എന്തുകൊണ്ടെന്നാൽ അവൾ കഥകളുടെ മാത്രം ലോകത്താണ്.

നീ എന്നിൽ നിന്ന് എന്താണ് പ്രതീക്ഷിക്കുന്നതെന്ന ചോദ്യത്തിന് ആത്മാർത്ഥമായ ഒരു ദീർഘ ചുംബനം മാത്രമാണ് അവൾ ആവശ്യപ്പെട്ടത്. ഒരു ഗണികയ്ക്ക് എല്ലാ പേരുകളും ഓർത്തുവെയ്ക്കാനാവില്ല. അതു പോലെ മറക്കാനും. നിങ്ങളെ ഞാൻ മറക്കില്ല. അവൾ പറഞ്ഞു: എനിക്കൊരു ഭൂതകാലമുണ്ടായിരുന്നുവെന്ന് ഞാനറിയുന്നത്, നിങ്ങളിലൂടെയാണ്.

അവൾ ഉറങ്ങുകയായിരുന്നു. അയാൾ ജനാലയ്ക്കൽ ചെന്ന് പതുക്കെ രഹസ്യമായി അകത്തേയ്ക്ക് നോക്കി. ഇപ്പോൾ അവളുടെ ചെറിയൊരു ഭാഗം കാണാം. വശം ചെരിഞ്ഞുവീണിരുന്നു. ഇഴകൾക്കിടയിൽ മുല്ലമാല ഊർന്നുകിടക്കുന്നു. ക്ഷീണത്തോടെ വിവസ്ത്രയായി കമിഴ്ന്നുകിടന്നപ്പോൾ അവൾക്ക് ആകൃതി മാറി. വലയം ചെയ്ത കഥകളിലേയ്ക്കു പങ്കയുടെ പ്രചരണമേറി. കൈകൾ ശിരസ്സിനു മുകളിലൂടെ തലയണയിൽ വിശ്രമിച്ചിരുന്നു. അവളുടെ പേരോർമിക്കാൻ ശ്രമിക്കേ പോക്കറ്റിൽ നിന്നു മുറിയുടെ താക്കോലെടുത്ത് അയാൾ തന്റെ മുഖത്തിന്നു നേരെ പിടിച്ചു. ഈ താക്കോൽകൊണ്ട് അവളുടെ യഥാർത്ഥ പേര് കസേരക്കൈയിൽ അവളെഴുതിവെച്ചിരുന്നു. മഞ്ഞനിറമുള്ള ചായപ്പൊട്ടുകൾ ഇപ്പോഴും താക്കോലിന്റെ ഏണുകളിലുണ്ട്. എന്തായാലും അയാൾ വിചാരിച്ചു അവൾക്ക് ഒന്നിലധികം പേരുകളുണ്ട്. തന്റെ വകയായി അയാളവളെ ലിമ എന്നു വിളിച്ചു. ഈയൊരു സമ്മാനത്തെ നിസ്സാരമായി അയാൾക്കു തോന്നിയില്ല.

എന്തെന്നാൽ ഏതൊന്നിന്റേയും ഏറ്റവും വിലപ്പെട്ട സ്വത്ത് അതാതിന്റെ പേരുകൾ തന്നെയാണ്. കാരണം ഇവിടെ അവശേഷിക്കുന്നത് പേരുകൾ മാത്രമാണല്ലോ.

തിരികെ വന്നു അയാൾ ഇടവഴിയിലേയ്ക്കിറങ്ങി. വിശപ്പുണ്ടായിരുന്നതിനാൽ ഏതാണ്ട് കൃത്യ സമയം തന്നെ അയാൾക്ക് ഊഹിക്കാൻ കഴിഞ്ഞു. ഈ സമയത്താണ് സാധാരണ വിശക്കാറുള്ളത്. പക്ഷേ, ഇപ്പോഴത്തേയ്ക്കുള്ള ഭക്ഷണം മുറിയിൽ പൊതിഞ്ഞു വെച്ചിട്ടുണ്ട്. അയാൾക്കോർമ്മവന്നു. പൂരിയാണ്. കൂട്ടൊന്നുമില്ല, എങ്കിലും പരീക്ഷിക്കാം.

ക്ലോക് ടവറിന്റെ ചുവട്ടിലെത്തിയപ്പോൾ സമയം പോയിരിക്കുന്നതായിക്കണ്ടു. എന്നാൽ എതിരെ വന്ന ഒരു സുഹൃത്തിന്റെ കൈയിൽ അയാൾക്കു വേണ്ട സമയം തന്നെയായിരുന്നു. നേരത്തെ കണ്ടെത്തിയ കൃത്യ സമയം–

ഈ ക്ലോക്കിന്റെ കാര്യം നോക്കണ്ട, സുഹൃത്തു പറഞ്ഞു. സൂചികളിൽ കാക്കവന്നിരുന്ന് രണ്ടും ചിലപ്പോൾ മൂന്നും മണിക്കൂർ ഫാസ്റ്റാവാറുണ്ട്. അതിന് വലയും കൂടുമൊന്നുമില്ല. സമയത്തെ മറികടക്കാനുള്ള വ്യഗ്രതയാണ് അയാളെ സൂചികളിൽ കണ്ടെത്തിയത്.

യാത്ര റെയിൽവേസ്റ്റേഷനിൽ എത്തിയിരുന്നു. അയാൾ തിരികെ കുറച്ചു വഴി നടന്ന് കവല തിരിഞ്ഞ് പ്രധാന റോഡിലേയ്ക്കു പ്രവേശിച്ചു. കേബിളിടുന്ന ചാലിന്നെതിരെ, ഗതാഗതമില്ലാത്ത ചെറിയൊരു ഇടവഴിയുണ്ടായിരുന്നു. അവിടെയൊരു വർണ്ണക്കടലാസുകളൊട്ടിച്ച പീടികയിൽ ആ കൊച്ചു കുട്ടി നിൽക്കുന്നു. കുറേ മുമ്പ് വീട്ടിൽ തനിച്ചിരിക്കുമ്പോഴാണ് അവൾ വന്നത്. കൈയിൽ വിവധ നിറങ്ങളുള്ളൊരു ചെപ്പുമുണ്ടായിരുന്നു. മഞ്ഞനിറമുള്ള പശ്ചാത്തലത്തിൽ കറുത്ത പുള്ളികളോടുകൂടിയ ഉടുപ്പായിരുന്നു അവൾ ധരിച്ചിരുന്നത്. വന്നപാടെ ചെപ്പു നീട്ടിക്കൊണ്ട് അവൾ ചോദിച്ചു. എനിക്കൊരു പൊട്ടുതൊട്ടുതരാമോ? കുട്ടിയുടെ കൗതുകത്തിൽ അവളുടെ അപരിചിതത്വം അയാൾക്കു പ്രശ്നമായിത്തോന്നിയില്ല. അയാളാ ചെപ്പുവാങ്ങി. അഞ്ചു നിറങ്ങളായിരുന്നു അതിലുണ്ടായിരുന്നത്. മോളുടെ പേരെന്ത്?– അയാൾ ചോദിച്ചു. അവൾ ചിരിച്ചുകൊണ്ട് വട്ടം കറങ്ങി. അവളുടെ നിറമുള്ള പാവാട കാറ്റു നിറഞ്ഞു ഗോളാകൃതിയിലായി. പിന്നെ വേഗത കുറയേ ചാഞ്ഞുവീഴുന്ന ഒരു തിരശ്ശീലപോലെ നിശ്ചലമായി.

ഏതു നിറമാണ് വേണ്ടത്?

ചുവപ്പ്, അവൾ പറഞ്ഞു. അതു തീരെ യോജിപ്പില്ലെന്ന് അയാൾക്കു തോന്നി. മഞ്ഞയാവും നല്ലത്. അയാൾ പറഞ്ഞു. അവളുടെ മുടിച്ചുരുളുകൾ അയാൾ മാറ്റി നെറ്റിയ്ക്കു മീതെ കൈപ്പടം വെച്ചു. അപ്പോഴവൾ കനിഞ്ഞു. കണ്ണെടുക്കാതെ അയാളുടെ നെഞ്ചിലേയ്ക്കും കഴുത്തിലേക്കും നോക്കി.

ഇനി പോയി കണ്ണാടി നോക്കു, അയാൾ പറഞ്ഞു. അവളുടെ നെറ്റിയിൽ ഒരു വിരൽ വൃത്തത്തിൽ വലിയൊരു പൊട്ടുണ്ടായിരുന്നു. 'ഇതു ഭംഗിയില്ല' തിരിച്ചു വന്ന് വിഷാദത്തോടെ അവൾ പറഞ്ഞു: എനിക്ക് ഒരു യോജിപ്പുമില്ല, അവൾ ചെപ്പുവാങ്ങി: ഞാൻ വേറെ തൊട്ടോളാം. അവൾ പൊട്ടു മായ്ച്ചുകളഞ്ഞ് അപ്രത്യക്ഷമായി.

ആ പെൺകുട്ടിയുടെ കൈവീശലായിരുന്നു അത് എന്നയാൾക്കു തോന്നിയത് ഈ കാരണം കൊണ്ടായിരുന്നു. പിന്നെയൊരിക്കൽ ഈ നിറത്തെപ്പറ്റി അവൾ ആലോചിച്ചിരിക്കാം. എവിടെയങ്കിലും കണ്ടുമുട്ടണമെന്ന് അപ്പോൾ വിചാരിച്ചിരുന്നെങ്കിലും അതു സാധ്യമല്ല എന്ന് എന്തുകൊണ്ടോ അയാൾക്കു തീർച്ചയായിരുന്നു. അതിനാൽ ഇതാ പെൺകുട്ടിയല്ല എന്ന ധാരണ വളർത്തി അയാൾ മെയിൻ റോഡിൽ നേരെ നടന്നു. എതിരെ അയാളിൽ വന്നുകേറിയും മറഞ്ഞും കടന്നുപോയവർക്കെല്ലാം അവരുടേതായ പ്രശ്നങ്ങളും ധൃതിയും ഉണ്ടായിരുന്നു. ഈ അസ്വാസ്ഥ്യം പോലും ഈ തിരക്കിന്നിടയിൽ ഞാൻ സ്വതന്ത്രനാണെന്ന വിശ്വാസത്തിൽ തീർന്നുപോയി.

അയാൾ വാർപ്പുകളിട്ട ഫുട്പാത്തിലേയ്ക്കു നടത്തം മാറ്റി. ആളെയിറക്കുന്ന വാഹനങ്ങൾക്കു മുമ്പിൽ ചിലരുടെ യാത്ര മുടങ്ങി. എല്ലാം അയാൾ കാണുന്നുണ്ടായിരുന്നു. പക്ഷേ, നേരത്തെ ഇരമ്പിവന്ന വിശപ്പു കടന്നുപോയ വഴി അയാൾക്കിറിയാനില്ല. അഥവാ അങ്ങനെ ഒന്നുണ്ടോ എന്നുപോലും.

അയാൾ ഇറങ്ങിച്ചെല്ലുന്നത് ഒരു സംഘത്തിലേക്കായിരുന്നു. അവിടെയൊരു കലുങ്കിന്മേലിരുന്നുകൊണ്ട് അയാളുടെ ഒരു സുഹൃത്ത് എന്തിനേക്കുറിച്ചോ വിശദമായി മറ്റുള്ളവരോടു പറയുകയായിരുന്നു. അത് തൃശ്ശൂർ പൂരത്തിനുണ്ടായ വെടിക്കെട്ടപകടത്തിന്റെ ദൃക്സാക്ഷിത്വമായിരുന്നു. ഇതു തീർത്തും അശ്രദ്ധവരുത്തിയ ദുരന്തമാണെന്നാണ് സുഹൃത്തിന്റെ അഭിപ്രായം. ഇത് എന്റെ വ്യക്തിപരമായ അഭിപ്രായമല്ല. ഇതേ അഭിപ്രായമുള്ള പലർക്കും വേണ്ടിയാണ് ഞാനിതു പറയുന്നത്- ഒറ്റ ഇഴയിൽ കെട്ടിവന്ന ഓലപ്പടക്കങ്ങൾക്ക് മധ്യഭാഗത്തെത്തുന്നതോടെ പെട്ടെന്ന് വർദ്ധിക്കുന്ന രണ്ടിഴ വരികളിലെ കെട്ടുകളുമായുള്ള താദാത്മ്യക്കുറവാണത്രെ ഇതിനു കാരണം. അവിടെ വേലിക്കമ്പിയിട്ടു ചെയ്യേണ്ട പണി കയറിന്മേൽക്കഴിച്ചുവെന്നും സുഹൃത്തിന് പരാതിയുണ്ടായിരുന്നു. നാലു കോറകളടങ്ങിയ ഒരു കെട്ടാണ് തെറിച്ചു പോയി ആൾത്തിരക്കിനിടയിൽ വീണ് പൊട്ടിയത്.

നറുക്ക് തെറ്റി വീണു എന്റെ സ്നേഹിതാ, അയാളെ കണ്ടപ്പോൾ സുഹൃത്ത് എഴുന്നേറ്റ് അടുത്തുവന്നു. കുറച്ചുകൂടി മാറിയിരുന്നെങ്കിൽ ഞാനീ ശബ്ദത്തിൽതന്നെവിളിക്കുമായിരുന്നില്ല.

ദൈവകൃപ.

അയാൾ പറഞ്ഞു. ഇപ്പോഴെല്ലാവരും ആ പ്രത്യേകസ്ഥാനത്തുണ്ടായിരുന്നവരേയുള്ളൂ. അയാൾ വിചാരിച്ചു. ഇതുമൊരു സഹതാപമാർജ്ജിക്കലാണ്. മരണത്തിൽ നിന്നുള്ള രക്ഷപ്പെടൽ പിന്നീടൊരിക്കൽ താരള്യത്തോടെ ഓർക്കാമെങ്കിലും അതൊരിക്കലും സുഖമുള്ള ഏർപ്പാടല്ല.

സാധാരണ മരണത്തോടുള്ള സ്വാഗതം ഇവിടെ ഒരു ആയുർബലമെന്ന ആശ്വാസമായി മാറുന്നു.

പിന്നെ, രാഷ്ട്രീയമൊക്കെ എങ്ങനെ?

-മറ്റുള്ളവരുടെ ശ്രദ്ധ തന്നിൽനിന്നു തിരിഞ്ഞപ്പോൾ അയാൾ അന്വേഷിച്ചു.

തല്ക്കാലം നിർത്തി, സുഹൃത്തു പറഞ്ഞു: ഇന്നത്തെ നിശ്ചലരാഷ്ട്രീയത്തിന് ഈ തിരക്കിനും പരിണാമങ്ങൾക്കുമിടയിൽ സ്ഥാനമെന്ത്?

എല്ലാ കാര്യങ്ങളിലും അങ്ങനെയല്ലേ?

-അയാൾ ചോദിച്ചു.

വ്യത്യാസമുണ്ട്. സുഹൃത്തു പറഞ്ഞു: രാഷ്ട്രീയത്തെ അതൊരു സ്ഥിരസ്വഭാവമുള്ളതെങ്കിലും സംസാരത്തിലൂടെ പരിവർത്തപ്പെടുത്താം. ചുരുക്കത്തിൽ മനുഷ്യന്റെ സംസാരത്തിന്റെ കേന്ദ്രസ്ഥാനം തന്നെ രാഷ്ട്രീയമാവണം. ജനങ്ങളത് പറയാൻ പഠിക്കണം. അവരെല്ലാം സുഹൃ

ത്തുക്കളാണോ?

– അയാൾ അന്വേഷിച്ചു.

അങ്ങനെയില്ല, സുഹൃത്തു പറഞ്ഞു: കുറച്ചു പേരുമാത്രം. ബാക്കിയെല്ലാം കേൾവിക്കാരാണ്. ഇത് എന്റെയൊരു ഉത്തമ സുഹൃത്താണ്. മുടി വളർത്തിയ ഒരാളെ മുന്നിലേയ്ക്കു നീക്കി സുഹൃത്തു പറഞ്ഞു: 'ഗായകനാണ് പാടാറുണ്ട്. പാടുകയും ചെയ്യും.'

ഉടനെ ഗായകൻ പാട്ടുതുടങ്ങി. ഈ കലുങ്കിൽ സ്വസ്ഥമായി ഇരിക്കൂ, സുഹൃത്തുപറഞ്ഞു: ഇതാ പാട്ടു തുടങ്ങി.

പിന്നെയൊരിക്കലാവാം– അയാൾ പറഞ്ഞു നോക്കി.

ഗായകൻ പാട്ടു തുടർന്നു.

ഈ വഴിയിൽ അധികം ആൾസഞ്ചാരമില്ലായിരുന്നു. കേൾവിക്കാരുടേതു മാത്രമായി ആ ചുറ്റുവട്ടമൊതുങ്ങി. അയാളാ കലുങ്കിൽ നിന്നുകൊണ്ട് ചുറ്റും നോക്കി. മുൻസിപ്പാലിറ്റിയുടെ വലിയ ടവർ കാണാം. അതിന്നപ്പുറത്ത് ഒന്നും കാണില്ല. കിളച്ചു കിടന്ന മണ്ണ് ഇടവഴിയിലൂടെ ലോറികളിൽ പോയ്ക്കൊണ്ടിരുന്നു.

പാട്ട് തുടരുകയായിരുന്നു.

പെട്ടെന്ന് അയാൾ താഴെയിറങ്ങി. ഗായകന്റെ മുന്നിൽ ചെന്ന് ദീർഘനേരം കൈയടിച്ചു. അയാൾ പാട്ട് ഒറ്റ വരിപോലും കേട്ടിരുന്നില്ല. ഗായകൻ അഭിനന്ദനമെന്ന മട്ടിൽ തല കുനിക്കുകയും പിന്നീട് പാരവശ്യത്തോടെ ചിരിക്കുകയും ചെയ്തു. അയാൾ അപ്പോഴും കൈയടി നിർത്താതെ പെട്ടെന്ന് ഇടവഴിയിൽ നിന്നു റോഡിലേയ്ക്കു കേറി

പിന്നെ കാണാം, അയാൾ സുഹൃത്തിനോടു പറഞ്ഞു: സുഹൃത്താവട്ടെ, ഗായകനെ സമാധാനിപ്പിക്കുകയായിരുന്നു.

അയാൾ പോക്കറ്റിൽ തപ്പി. താക്കോൽ ഭദ്രമായിരിപ്പുണ്ട്.

പതുക്കെ പകലിന്റെ അപാരത സമയത്തിലേക്കൊതുങ്ങി വന്നു. അകലെ പ്രദർശനത്തിന്റെ മോഹവലയങ്ങൾ തെളിവായി. സാന്ധ്യവെളിച്ചം പോലെ അവ നഗരത്തിന്റെ സൂക്ഷ്മമായ അവയവങ്ങളെയും മറികടന്നു.

അപ്പോഴയാൾക്ക് ചാരുബഞ്ചിനേയും പെൺകുട്ടിയേയും ഓർക്കാതിരിക്കാൻ കഴിഞ്ഞില്ല. ഒരു വിദ്വേഷത്തിന് സ്ഥാനമില്ലാത്ത അവളുടെ ഭാവം പിന്നീട് കാണുന്നത് ഗണികയിലാണ്. വന്നപാടെ അവൾ പറഞ്ഞതാണ്. ചിലപ്പോൾ ഇടയ്ക്കുവെച്ച് ഞാൻ അറിയാതെ ഉറങ്ങിപ്പോയേക്കും എന്നോടതിന് ദേഷ്യം തോന്നരുത്. ഞാനാ ഭംഗത്തിന് ഉത്തരവാദിയല്ല.

ഇപ്പോഴവൾ ഉണർന്നിട്ടുണ്ടാവുമെന്ന് അയാൾ വിചാരിച്ചു. മിഴിയാത്ത കണ്ണുകളോടെ കൈകൾ ഉയർത്തുകയും വശങ്ങളിലേയ്ക്കു ചുഴറ്റുകയും ചെയ്ത് കട്ടിലിൽ എഴുന്നേറ്റിരുന്ന് മുടികെട്ടി വസ്ത്രങ്ങൾ പുതച്ച് തന്നെ അന്വേഷിക്കുന്നുണ്ടാവും. ആദ്യം കുനിഞ്ഞ് കട്ടിലിന്നടിയിലും പിന്നെ കുളിമുറിയിലും അന്വേഷിക്കാം. ജനലുകൾ തുറന്ന് പുറത്തേയ്ക്ക് നോക്കാം. തിരിച്ചുവന്ന് കുറച്ചുനേരം കട്ടിലിൽ ഇരിക്കു

മ്പോൾ പൊതിഞ്ഞുവെച്ച ഭക്ഷണം കാണും അതുകൊണ്ടയാൾ ഭക്ഷണത്തിന്നായി പുറത്തുപോയതല്ലെന്ന നിഗമനത്തിലെത്തും.

പിന്നെ അവൾ വാതിൽ അകത്തുനിന്നും തുറക്കാൻ ശ്രമിക്കും. പേര് പറഞ്ഞിട്ടില്ലാത്തതിനാൽ അവൾക്ക് ആരെയും വിളിക്കാനാവില്ല. എങ്കിലും അവൾ വാതിലിൽ ഉറക്കെ തട്ടുന്നുണ്ടാവണം.

പിന്നെയും നഗരത്തിന്റെ വിരാട് രൂപം അയാൾ നോക്കിക്കണ്ടു. പരിസരങ്ങളും അതിന്നപ്പുറം ഒരു പക്ഷേ, തനിക്ക് ചെന്നെത്താനാവുന്ന ഓരോ രാക്ഷസ സങ്കേതങ്ങളും ഒരു ചിലന്തിയെപ്പോലെ അടുക്കിയെടുത്ത നഗരമെന്ന സങ്കല്പം പൊന്തിക്കിടക്കുന്നത് തിരകൾക്കുള്ളിലൂടെ അയാൾ കണ്ടു ദാഹം ശമിപ്പിക്കാനായി അയാൾ വായ കുറച്ചു തുറന്നു. വെള്ളം നിറഞ്ഞപ്പോൾ അതത്രയും ഉപ്പു ചേർന്നതായിരുന്നു. ആലംബമറ്റ നിലയിൽ അയാൾ നഗരത്തിന്റെ അടിയിലേയ്ക്കു താഴ്ന്നു. കൈയ്യും കാലും തുളയാതെ നിശ്ചലമായി കുറിച്ചിട്ട നാലു നിലയിൽ നിന്നു. തിരമാരകൾ പിന്നെ സ്ഥലവും സമയവും മാറ്റി. ഒടുവിൽ പ്രദർശന നഗരിയുടെ സ്വർഗ്ഗീയതയിൽ അയാൾ കണ്ണുതുറന്നു. അപ്പോഴും പ്രവാഹമടങ്ങിയിരുന്നില്ല. ഉയർച്ചയുള്ള നഗരച്ചുറ്റിൽ നിന്നുകൊണ്ട് അയാൾ നഗരത്തിന്നപ്പുറത്തേയ്ക്കു നോക്കി. വളരെ ദീനമായി വിലപിക്കുന്ന ഒരു അന്ധനെ മറികടന്ന് ചിരികൾ കടന്ന് അയാൾ അപ്പുറത്തേയ്ക്കു നോക്കി. നിരയായി ഒരു വലിയ കുന്നുകളുടെ ദൃശ്യം. സാന്ധ്യതയടങ്ങാത്ത താഴ്‌വരയും കാഴ്ചപ്പാടുകളും ഒരു ചെറിയ മിന്നാമിനുങ്ങിനെപ്പോലെ പ്രകാശം പരക്കുന്ന ഉച്ചകോടി...

അയാൾ തക്കോൽ തപ്പിയെടുത്തു, വെളിച്ചത്തിനു നേരെ പിടിച്ചു. അതിന്റെ ഏണുകളിൽ ഇപ്പോഴും, മറന്ന പേരെഴുതിയ നിറക്കുട്ടുകളുണ്ടായിരുന്നു.

പിന്നെയൊരു നാണയമെറിയുന്ന ലാഘവത്തിൽ ആ താക്കോൽ അന്ധന്റെ മുന്നിലെ വിരിയിലേക്കിട്ട് അയാൾ നടന്നുനീങ്ങി.

പുകക്കുഴൽ

കെ.കെ രമേഷ്

ഫാക്ടറിയിലെ മണികേട്ടാണ് രാജുമോൻ എന്നും ഉണരുന്നത്. ഉണർന്നു പല്ലുതേയ്ക്കുമ്പോഴേക്കും പുകക്കുഴലിൽ നിന്നും പുക ഉയർന്നിട്ടുണ്ടാകും. ആകാശത്തോളം ഉയർന്നു നിൽക്കുന്ന ആ പുകക്കുഴലിനെ അവന് ഭയമായിരുന്നു. അതിൽ നിന്നും കറുകറുത്തപുക ഉയരുമ്പോൾ കരഞ്ഞുകൊണ്ടിരിക്കുന്ന മകനെ അമ്മ സമാധാനപ്പെടുത്തുമായിരുന്നു. 'മോനേ ഭൂതം വരണു' എന്ന്. അച്ഛന്റെ കമ്പനിയിലെ ആ പുകക്കുഴലിനെപ്പറ്റി ഒരു ദിവസം അവൻ അച്ഛനോടു ചോദിച്ചു. 'അച്ഛാ! അച്ഛനെ പിടിക്കില്ലേ ഭൂതം!' അച്ഛനും അമ്മയും പൊട്ടിച്ചിരിച്ചപ്പോൾ അവന് കരച്ചിലാണു വന്നത്.

രാജുമോൻ വളർന്നതോടുകൂടി അവന്റെ ഭയങ്ങൾ വിട്ടുമാറി. ഒരു ദിവസം അവൻ അമ്മയോടു ചോദിച്ചു. 'എന്തിനാണമ്മെ ഇത്ര ഉയരമുള്ള പുകക്കുഴൽ?'

'മോനേ, നീയും നിന്റച്ഛനും ഞാനും ജീവിക്കുന്നത് ആ പുകക്കുഴലിനെ ആശ്രയിച്ചാണു മോനേ. അതിൽ നിന്നും പുക ഉയരുന്നില്ലെങ്കിൽ നമ്മൾ പട്ടിണിയാ മോനേ.'

* * *

അഞ്ചുവർഷം കഴിഞ്ഞു. നഗരം വളർന്നു. നഗരത്തിലെ ജനങ്ങൾ വളർന്നു. രാജുമോനും വളർന്നു. അച്ഛന്റെ കമ്പനിയിലെ പുകക്കുഴൽ മാത്രം വളർന്നില്ല. ഒരു ദിവസം അതിൽ കൂടി പുക ഉയർന്നില്ല. അച്ഛൻ പതിവിലും നേരത്തെയാണ് അന്നു കമ്പനിയിൽ നിന്നും മടങ്ങിവന്നത്.

അമ്മ കാരണമന്വേഷിച്ചെത്തിയപ്പോൾ അച്ഛൻ പറയുന്നതു കേട്ടു. 'ഫാക്ടറി പൂട്ടി' ദിവസങ്ങളും ആഴ്ചകളും പിന്നെയും കടന്നു. ഫാക്ടറി തുറന്നില്ല. പുകക്കുഴലുകൾ മൂകമായി ആകാശത്തിലേക്ക് ഉയർന്നു നിന്നു. ഒരു ദിവസം അച്ഛൻ അമ്മയോടു പറയുന്നതു കേട്ടു: 'ഇവിടെ നിന്നാൽ നമ്മൾ ഇനിയും കഷ്ടപ്പെടുകയേയുള്ള. നമുക്ക് നാട്ടിലേക്ക് പോകാം' പിറ്റേ ദിവസംതന്നെ ആ പട്ടണം വിടാൻ തീരുമാനിച്ചു. പെട്ടി യും ബാഗുമെടുത്തു അച്ഛനോടും അമ്മയോടും കൂടി നടക്കുമ്പോൾ രാജുമോൻ ആ വലിയ ഫാക്ടറിയെ ഒന്നു തിരിഞ്ഞു നോക്കി, ഒപ്പം ആ ഉയർന്നുനിൽക്കുന്ന പുകക്കുഴലിനേയും.

ആർക്കും വേണ്ടാത്ത ഒരു കണ്ണ്

ശിഹാബുദ്ദീൻ പൊയ്ത്തുംകടവ്

ഒരിടവഴിയുടെ ഇരുട്ടിൽ നിന്ന് ഈയിടെ എനിക്കൊരു കണ്ണുകിട്ടി. ഇരുട്ടിൽ അത് ഒരു വിദൂരനക്ഷത്രം പോലെ തിളങ്ങുന്നുണ്ടായിരുന്നു. ആ തിളക്കം ശ്രദ്ധയിൽപ്പെട്ടില്ലായിരുന്നുവെങ്കിൽ, ഒരു പക്ഷേ അതിനെ ചവിട്ടിയരച്ചുകൊണ്ട് കടന്നുപോയേനെ.

ഇടവഴിയും കഴിഞ്ഞ് വെളിച്ചമുള്ള ഒരിടത്ത് എത്തിക്കഴിഞ്ഞാണ് എനിക്ക് അതെന്തുവസ്തുവാണെന്നുതന്നെ മനസ്സിലാവുന്നത്. വെളിച്ചത്തിൽ ഏറെനേരം പകച്ചുപോയി. ഒരു കണ്ണോ? ഇതേതു മനുഷ്യന്റെ കണ്ണ്? എങ്ങനെയാണിത് നഷ്ടപ്പെട്ടത്? എപ്പോഴാണ് നഷ്ടപ്പെട്ടത്? ഇങ്ങനെ നിരവധി ചോദ്യങ്ങൾ എനിക്കു മുന്നിൽ ഉത്തരം കിട്ടാതെ നടന്നു.

കണ്ണിന് ജീവൻ നഷ്ടപ്പെട്ടിരുന്നില്ല. അതിന്റെ പോളകൾ ഇടയ്ക്കിടെ അടയുകയും തുറക്കുകയും ചെയ്യുന്നുണ്ടായിരുന്നു. അതിന്റെ കൃഷ്ണമണി വേവലാതിയോടെ ആരെയോ തിരയുന്നുണ്ടായിരുന്നു. വേവലാതിയുടെ തേരുരുൾച്ചയ്ക്ക് ശേഷം സഹതാപാർഹമായി എന്നെത്തന്നെ നോക്കിനിന്നു. അതിന്റെ നോട്ടത്തിൽ കടുംവിഷാദത്തിന്റെ ചുവപ്പു പരന്നു. കണ്ണിൽ ജലകണങ്ങൾ നിറഞ്ഞു. അതിന്റെ കൃഷ്ണമണി എന്തൊക്കെയോ വിളിച്ചു പറയുവാൻ വിതുമ്പി. ഞാൻ ദൃഷ്ടികൊണ്ട് സമാശ്വസിച്ചു. എന്നിട്ട് ഉള്ളാലെ ഇതൊരു കുഴഞ്ഞ പ്രശ്നമാണല്ലോയെന്ന് നിനയ്ക്കുകയും ചെയ്തു.

ഇത്തരം പ്രശ്നങ്ങൾ ഞാനെന്റെ ഭാര്യയോടാണ് ആദ്യം ചർച്ച ചെയ്യാറ്. രാത്രി ഭക്ഷണത്തിനുശേഷം ശാന്തമായ ഒരന്തരീക്ഷത്തിൽ ഞാനെന്റെ കർച്ചീഫിൽ പൊതിഞ്ഞ കണ്ണ് അവൾക്കുനേരെ തുറന്നു

കാട്ടി. എന്നിട്ട് കഴിഞ്ഞ കാര്യങ്ങൾ ചെറുതായി പറഞ്ഞൊപ്പിച്ചു.

കേട്ട മാത്രയിൽ അവൾ ഭയന്നു.

ഞാൻ നിസ്സാരമായി പറഞ്ഞു:

ഇതിലിത്ര ഭയപ്പെടാനുള്ള കാര്യമൊന്നുമില്ല ഇതിനൊരവകാശിയുണ്ടാവും. നമുക്കിതയാളെ ഏല്പിക്കാം.

എങ്ങനെ?

ഞാൻ പറഞ്ഞു:

നേരം പുലരട്ടെ. നമുക്കിത് പോലീസിലേല്പിക്കാം. ഈ കണ്ണിന്റെ അവകാശി തീർച്ചയായും അവിടെ എത്താതിരിക്കില്ല.

അവൾ പറഞ്ഞു:

നിങ്ങളിത്ര മണ്ടച്ചാരായിപ്പോയല്ലോ. അവർ നിങ്ങളെ കയ്യോടെ ലോക്കപ്പിൽ തള്ളും. എന്നിട്ട് കണ്ണിന്റെ ബാക്കി ഭാഗങ്ങൾ എവിടെയെന്ന് നിങ്ങളെക്കൊണ്ട് പറയിപ്പിക്കും. വെറുതെ വയ്യാവേലിക്കൊന്നും പോകരുത്. ഇത് കിട്ടിയേടത്തുതന്നെ ഉപേക്ഷിക്കുന്നതാണ് ബുദ്ധി.

പിന്നീട് ഞാനൊന്നും പറഞ്ഞില്ല. അവൾ പറഞ്ഞതിന്റെ ആദ്യഭാഗത്ത് കാര്യവും രണ്ടാംഭാഗത്ത് ക്രൂരതയുമുണ്ട്. അവൾ എന്റെ വികാരം ഉൾക്കൊള്ളാതെ പോയല്ലോ. ഈ കണ്ണ് പെരുവഴിയിലുപേക്ഷിക്കാൻ മാത്രം കരുത്ത് എനിക്കില്ല. ഈ കണ്ണ് കിട്ടിയേടത്ത് തന്നെ ഉപേക്ഷിച്ചാൽ വല്ല കുറുക്കന്മാരോ നായ്ക്കളോ കാണുകയേ വേണ്ടൂ...

കണ്ണിന്റെ കരുണാർദ്രമായ നോട്ടം എന്നെ വല്ലാതെ നീറ്റുകയാണ്. ആ നോട്ടത്തിൽ ഒരു ദയനീയ ഭാവമുണ്ട്. ഒരപേക്ഷയുണ്ട്. നോക്കിയിരിക്കേ, കണ്ണ് നിറയാൻ തുടങ്ങി.

ഞാൻ പറഞ്ഞു:

കരയാതിരിക്കൂ... നിന്നെ നിന്റെ അവകാശിയെത്തന്നെ ഞാനേല്പിക്കും.

സന്തോഷാധിക്യത്താൽ അതിന്റെ പോളകൾ പിടയുകയും ഏറെനേരം അടയുകയും ചെയ്തു.

പിറ്റേന്ന് നഗരത്തിലെ പ്രശസ്തമായ ഒരു സായാഹ്ന പത്രത്തിൽ ഞാനൊരു പരസ്യം കൊടുത്തു...

...നഗരത്തിൽ നിന്നും ഫിറോസ്പുരം ഗ്രാമത്തിലേക്ക് തിരിയുന്ന ഇടവഴിയിൽ നിന്ന് ഒരു സാധനം വീണുകിട്ടിയിരിക്കുന്നു. നഷ്ടപ്പെട്ട സാധനത്തിന്റെ യഥാർത്ഥവിവരം തരുന്ന പക്ഷം അത് തിരികെ കിട്ടുന്നതാണ്. എത്രയും പെട്ടെന്ന് താഴെ കാണുന്ന വിലാസത്തിൽ ബന്ധപ്പെടുക...

പരസ്യാനന്തരം പലരും എന്നെത്തേടിവന്നു. സമൂഹത്തിലെ വിവിധ തുറകളിൽ നിന്നും വന്നവർ. അതിൽ പുരോഹിതരും കച്ചവടക്കാരും കവികളും നിരൂപകരും കള്ളന്മാരും പിടിച്ചുപറിക്കാരും സിനിമാക്കാരുമൊക്കെയുണ്ടായിരുന്നു.

അവരുടെ വിവരങ്ങളിൽനിന്ന് പക്ഷേ, എനിക്കൊരു കാര്യം ബോധ്യമായി. ആർക്കും അങ്ങനെയൊരു കണ്ണ് നഷ്ടപ്പെട്ടിട്ടില്ല. പുരോഹിതന് നഷ്ടപ്പെട്ടത് അയാളുടെ ഡയറിയായിരുന്നു. അതിലെ സ്വകാര്യകുറി

പ്പുകൾ പുറത്തു പറയാത്ത പക്ഷം എനിക്ക് ഒരു ലക്ഷം രൂപ വരെ തരാൻ അയാൾ ഒരുക്കമാണ്. കച്ചവടക്കാരന് സെയിൽസ് ടാക്സുകാരെ വെട്ടിച്ച ഫയൽരേഖകളായിരുന്നു നഷ്ടപ്പെട്ടത്. അയാൾ കാലു പിടിക്കുന്നതുപോലെ എന്നോട് കെഞ്ചിക്കൊണ്ടിരുന്നു. അയാളും ഒരു പാട് പണം എനിക്ക് വച്ചുനീട്ടി. കവിക്ക് നഷ്ടപ്പെട്ടത് അയാളുടെ ഏറ്റവും പുതിയ കവിതയുടെ റഫ് കോപ്പിയായിരുന്നു. വ്യക്തി ദുഃഖത്തിന്റെ കടുത്ത ചായംകൊണ്ട് എഴുതപ്പെട്ട ആ വരികൾ അയാൾക്ക് ഓർമ്മയിൽ നിന്ന് എത്തിപ്പിടിക്കാനാവാത്തത്ര ദൂരത്തായിപ്പോയിരിക്കുന്നു. ആ കടലാസുതുണ്ടുകൾ കിട്ടുന്നപക്ഷം ലോകത്തിലെ ഏറ്റവും മികച്ച കവിതയായി അത് അംഗീകരിക്കപ്പെട്ടേനെ. നിരാശനായ അയാൾ ഒരു ഭ്രാന്തനെപ്പോലെയാണ് തിരിച്ചുപോയത്. ഓരോരുത്തർക്കും വേണ്ടത് ഓരോന്ന്. എന്റെ കൈയിലോ, കണ്ണ് മാത്രവും.

സായാഹ്നപത്രത്തിലെ പരസ്യത്തിനുശേഷം ഞാൻ ഏറെ നാൾ കാത്തു നിന്നു. ആരും വന്നില്ല. വീണു കിട്ടിയ കണ്ണിൽ വീണ്ടും ദുഃഖം കനം തൂങ്ങിത്തുടങ്ങി.

ഞാൻ പറഞ്ഞു: പ്രതീക്ഷ കൈവിടരുത്. ഞാനില്ലേ, നിന്നെ ഞാൻ യഥാർത്ഥ അവകാശിയുടെ കൈവശം ഏല്പിക്കും.

ഇതിനിടെ കിട്ടാവുന്ന എല്ലാ ദിനപ്പത്രങ്ങളും അരിച്ചുപെറുക്കി വായിക്കുന്നത് പതിവായി. എവിടെയെങ്കിലും ആർക്കെങ്കിലും ഒരു കണ്ണ് നഷ്ടപ്പെട്ട വാർത്തയോ പരാമർശമോ ഉണ്ടോ എന്നറിയാൻ. പക്ഷേ, എവിടെയും അങ്ങനെയൊരു പരാമർശം കണ്ടില്ല. പിന്നീടത് വൃഥാ വേലയാണെന്നുകണ്ട് ഉപേക്ഷിക്കുകയും ചെയ്തു.

ആഴ്ചകൾ കടന്നുപോയി. കണ്ണിന്റെ പ്രതീക്ഷകൾ മങ്ങിമങ്ങിവരുന്നത് ഞാനറിയുകയാണ്.

ഒടുവിൽ രണ്ടും കല്പിച്ച് ഒരു പരസ്യംകൂടി കൊടുത്തു. ഇത്തവണ ദേശീയതലത്തിൽ പുറത്തിറങ്ങുന്ന പത്രത്തിലാണ് പരസ്യം. മുമ്പുള്ള അനുഭവങ്ങൾ കുറെക്കൂടി വലിപ്പത്തിൽ എന്നെത്തേടി വന്നു. എന്നല്ലാതെ അതുകൊണ്ടു വിശേഷിച്ചൊരു പ്രയോജനവും ലഭിച്ചില്ല. അങ്ങനെയിരിക്കെ, ഒരുനാൾ ഞാൻ കണ്ണിനോടു ചോദിച്ചു:

കണ്ണേ, നിന്റെ അവകാശി നിന്നേയും തേടി വരുന്നില്ല. അങ്ങനെയൊരാൾ ഈ ഭൂമിയിൽ ജീവിച്ചിരിപ്പുണ്ടോ എന്നാണെന്റെ സംശയം. എത്രനാളിങ്ങനെ കാത്തിരിക്കും. നിന്റെ കാഴ്ചശക്തി ക്ഷയിച്ചുതീരും മുമ്പ് ആർക്കെങ്കിലും പ്രയോജനമുണ്ടാകട്ടെ, നിന്നെ ഞാനൊരു നേത്ര ബാങ്കിലേല്പിക്കട്ടെ?

കണ്ണിന്റെ കൃഷ്ണമണിയുടെ ഉരുൾച്ചയിൽ നിന്നും അതിന്റെ പോളകളുടെ പിടപിടപ്പിൽ നിന്നും എനിക്കൊരു കാര്യം ബോദ്ധ്യമായി. സ്വല്പം വൈമനസ്യത്തോടെയാണെങ്കിലും ഞാൻ പറഞ്ഞ കാര്യത്തിന് കണ്ണിന് സമ്മതമാണ്.

പിറ്റേന്നു കാലത്ത് ഞാൻ നേരെ ബാങ്കിലേക്ക് പോയി. ബാങ്കുതലവനെക്കണ്ട് കാര്യങ്ങൾ വിശദീകരിച്ചു. അയാൾ ഭയപ്പാടോടെയാണ് കണ്ണെടുത്ത് തിരിച്ചും മറിച്ചും പരിശോധിച്ചത്. നീണ്ട മുപ്പതുവർഷത്തെ

ഔദ്യോഗിക ജീവിതത്തിനിടയ്ക്ക് ഒരിക്കൽപ്പോലും അയാൾ ഇമ്മട്ടിലൊരു കണ്ണു കണ്ടിട്ടില്ല.

അയാൾ പേടിയോടെ പറഞ്ഞു:

നിങ്ങളുടെ ഉദാരമനസ്കതയ്ക്കു നന്ദി. പക്ഷേ, ജീവനില്ലാത്ത കണ്ണുകളേ ഇവിടെ സ്വീകരിക്കാറുള്ളൂ. ഇതിനാകട്ടെ, ജീവനുണ്ട്. ജീവനില്ലാത്ത കണ്ണുകൾ സ്വീകരിക്കണമെങ്കിൽപോലും ഉടമസ്ഥന്റെ കാലേക്കൂട്ടിയുള്ള സമ്മതപത്രവും രണ്ടുപേരുടെ സാക്ഷിയൊപ്പും ആവശ്യമാണ്... ഏതായാലും എനിക്കീ കണ്ണിന്റെ പേരിൽ തൂക്കിലേറാൻ വയ്യ...

ഞാൻ നിസ്സഹായനായി കണ്ണിനെ നോക്കി. എന്നെ അഭിമുഖീകരിക്കാൻ ശക്തിയില്ലാതെ അത് കണ്ണടച്ചുകളഞ്ഞു.

നേത്രബാങ്കിന്റെ പടിയിറങ്ങുമ്പോൾ ജീവിതത്തിലാദ്യമായി എന്തെന്നില്ലാത്ത ഒരനാഥത്വം അനുഭവപ്പെട്ടു. ഈ ലോകം മുഴുവൻ കൈയൊഴിഞ്ഞതുപോലെ. എവിടെയും ഒരപരിചിതത്വം. എല്ലാവരും എന്നിൽ നിന്ന് എന്തോ മറച്ചുവയ്ക്കുന്നതുപോലെ.

ഞാനന്ന് കണ്ണുമായി നഗരം മുഴുവൻ അലഞ്ഞു തിരിഞ്ഞു. ആർക്കെങ്കിലും ഈ കണ്ണിനെ രക്ഷിക്കാനാവുമോ എന്ന അന്വേഷണവുമായി. അലച്ചിലിൽ ഞാൻ വിശപ്പും ദാഹവും മറന്നു. നേരവും കാലവും മറന്നു.

പാറിപ്പറന്ന മുടിയും മുഷിഞ്ഞു കറുത്ത മുഖവുമായാണ് ഞാനന്ന് വീടണഞ്ഞത്. ഭാര്യ വിളക്കണയ്ക്കാതെ എന്നെയും കാത്ത് പരിഭ്രമിച്ചിരിക്കുകയായിരുന്നു.

എന്താണിത്ര വൈകിയതെന്ന് അവൾ ഉത്കണ്ഠയോടെ തിരക്കി.

ഞാൻ പറഞ്ഞു:

ആ കണ്ണിന്റെ അവകാശിയെ എനിക്കിനിയും കിട്ടിയില്ല... എല്ലാം പോകട്ടെ. കരുണാപൂർവ്വവും നറുവെളിച്ചം വിതറുന്നതുമായ ഒരു കണ്ണ് ഏറ്റെടുക്കാൻ പോലും ഒരാളെ കിട്ടുകയില്ലെന്നുകൂടി വന്നാലോ... കഷ്ടം.

ഭാര്യയുടെ ഭാവം പൊടുന്നനെ മാറി.

അവൾ കോപം വന്നു പൊട്ടിത്തെറിച്ചു.

ഓഹോ, അപ്പോൾ അതാണു കാര്യം. നിങ്ങളിനിയും ആ വൃത്തികെട്ട സാധനത്തെ ഉപേക്ഷിച്ചില്ല, അല്ലേ? എന്തിനാണ് കുറെ ദിവസങ്ങളായി നിങ്ങളുടെ പുറപ്പാട്...?

സഹിക്കവയ്യാതെ ഞാൻ കാതുകളടച്ചുവച്ചു.

രാത്രി മുഴുവൻ കണ്ണും കണ്ണിന്റെ അനാഥത്വവും മനസ്സിനെ നീറ്റിച്ചു. ഈ കണ്ണ് ഉപേക്ഷിക്കാൻ മാത്രം മനക്കരുത്ത് എനിക്കില്ലാതെ പോയല്ലോ. വഴികളടഞ്ഞ ഒരു മഹാഗുഹയിലകപ്പെട്ടതുപോലെ തോന്നി. ദൈവമേ ഇതിലും ഭേദം നിനക്കെന്നെ കൊല്ലുകയാണ്... ദൈവമേ നിനക്കെന്നെ കൊല്ലരുതോ...

ചിന്തയുടെ ഒരു നുറുങ്ങു നിലാവ് വന്നു വീണത് പെട്ടെന്നായിരുന്നു. പത്രത്തിൽ ഞാൻ കൊടുത്ത പരസ്യത്തിന്റെ മാറ്റർ ഒന്നുകൂടി ശ്രദ്ധിച്ചു വായിക്കാൻ അതെന്നെ പ്രേരിപ്പിച്ചു.

...നഗരത്തിൽ നിന്നും ഫിറോസ്പുരം ഗ്രാമത്തിലേക്ക് തിരിയുന്ന ഇടവഴിയിൽ നിന്ന് ഒരു സാധനം വീണുകിട്ടിയിരുന്നു. നഷ്ടപ്പെട്ട സാധനത്തിന്റെ യഥാർത്ഥ വിവരം തരുന്ന പക്ഷം...

ഒരു സാധനം എന്നാൽ ഒരു ജീവനുള്ള വസ്തുവെന്നായിരിക്കണമെന്നില്ല. ജീവനുള്ള ഒന്നിനേയും നമ്മൾ സാധനമെന്നു വിവക്ഷിക്കാറില്ലല്ലോ...? ഞാൻ പരസ്യവാചകത്തിലെ പിഴവിനെച്ചൊല്ലി ഖേദിച്ചു. പിന്നെ ഈ ലോകത്തിൽ ഒരു വാചകപ്പിഴ പോലും വരുത്തിവയ്ക്കുന്ന പ്രശ്നങ്ങളെപ്പറ്റി ചിന്തിച്ചു.

പിറ്റേന്നു ഞാൻ വരുംവരായ്കകളുടെ ചിന്തകളെ മറികടന്നുകൊണ്ട് ഒരു പരസ്യംകൂടി നലകാൻ തീരുമാനിച്ചു.

പരസ്യത്തിന്റെ മാറ്റർ ഇങ്ങനെയായിരുന്നു.

നഗരത്തിൽ നിന്നും ഫിറോസ്പുരം ഗ്രാമത്തിലേക്ക് തിരിയുന്ന ഇടവഴിയിൽ നിന്ന് ഒരു കണ്ണ് വീണുകിട്ടിയിരിക്കുന്നു. കണ്ണിന്റെ ജീവൻ ഇതേവരെ നഷ്ടപ്പെട്ടിട്ടില്ല. എത്രയും പെട്ടെന്ന് താഴെ കാണുന്ന വിലാസത്തിൽ ബന്ധപ്പെടുക...

പരസ്യം അച്ചടിച്ചുവന്ന കോപ്പി എനിക്കുമുമ്പേ ഭാര്യയുടെ ശ്രദ്ധയിലാണ് പെട്ടത്. അവൾ പരസ്യം പ്രസിദ്ധീകരിച്ച പത്രം ഒരു പൊട്ടിക്കരച്ചിലോടെ എന്റെ നേരെ വലിച്ചെറിഞ്ഞു. പിന്നെ അവൾ അവളുടെ മുറിയിലേക്ക് ഓടിക്കയറി നിലവിളി പോലെ വാതിലടച്ചു.

ഞാൻ കർച്ചീഫിൽ നിന്നും കണ്ണിനെ നോക്കി. മനസ്സു മരവിച്ചവനായി ഇരുന്നു. വീട്ടുവാതിലുകൾ കൊക്കയിടപ്പെടാതെ അടഞ്ഞുകിടക്കുന്നു. ഞാൻ അവകാശിയെ കാത്തിരിക്കുകയാണ്. മുറ്റത്ത് ഒരു കാലൊച്ച ഉയർന്നു വരുന്നുണ്ടോ? വാതില്ക്കൽ ഒരു മുട്ടു കേൾക്കുന്നുണ്ടോ? ഞാൻ കാത്തു കാത്തിരുന്നു. എന്റെ കാത്തിരിപ്പിന്റെ നീളം കൂടിക്കൊണ്ടിരിക്കുന്നു.

ആരും വരുന്നില്ല, ആരും.

മണിക്കൂറുകൾ ഘടികാരങ്ങളെ മുട്ടിച്ചുകൊണ്ടു കടന്നുപോവുകയാണ്.

എന്റെ കണ്ണുകൾ നിറയുകയാണ്. കാഴ്ചകൾ കണ്ണീരിൽ കലങ്ങുകയാണ്.

ഞാൻ സഹതാപാർദ്രനായി കണ്ണിനെ വിളിച്ചു. അത് അടഞ്ഞ പോളയുമായി കിടക്കുകയാണ്. ഞാൻ വീണ്ടും വീണ്ടും വിളിക്കുകയാണ്. വിളിച്ചു വിളിച്ച് എന്റെ വിളി തീരുകയാണ്. അതു കണ്ണു തുറക്കുന്നില്ല. ഞാൻ അതിന്റെ പോള മേല്പോട്ടുയർത്തി.

കാഴ്ചകളറ്റ എന്റെ മനസ്സിൽ എല്ലാം തകർന്നൊടുങ്ങുകയാണ്.

അവിടെ കൃഷ്ണമണിയുണ്ടായിരുന്നില്ല.

ഇപ്പോൾ വിദൂരതയിൽ നിന്ന് ഒരിരമ്പം കേൾക്കാം. ഒരു വിസിലൂത്ത് കേൾക്കാം.

ഒരു ജീപ്പിന്റെ ഇരമ്പം. ഒരു പോലീസുകാരന്റെ വിസിലൂത്ത്....

ഞാൻ കിണറ്റിൽ വീണു

വി.ആർ സുധീഷ്

കർക്കിടകത്തിലെ മരം കോച്ചുന്ന തണുപ്പുള്ള ഒരു സന്ധ്യ മരിച്ചതിനുശേഷമാണ് ഞാൻ കിണറ്റിൽ വീണത്. വാസ്തവം പറഞ്ഞാൽ വീണതായിരുന്നില്ല. ഈ ജീവിതത്തിന് ഒടുക്കം കണ്ടെത്താൻ വേണ്ടിയുള്ള ശ്രമമായിരുന്നു- ഈ നശിച്ച ലോകത്തിൽ നിന്നുള്ള മുക്തി-അതു കൊതിച്ച എന്റെ കണക്കുകൂട്ടലുകൾ തെറ്റി.

അഗാധതയിൽ ഒരു വലിയ ശബ്ദത്തോടെയാണ് ഞാൻ നിപതിച്ചത്. ഞാനറിയാതെ എന്തോ ഒരു ശബ്ദം എന്നിൽ നിന്നും തെറിച്ചു പോയിരുന്നു. അതുകൊണ്ടായിരിക്കണം ഭാര്യ ഉണർന്നതും ബഹളം വെച്ചതും - പിന്നെ മുകളിൽ ആരവം കൊണ്ടു നിറഞ്ഞു. ആരവം കൊച്ചു കൊച്ചു അലകളായി എന്നിലേക്ക് ഒഴുകിവന്നു.

വെള്ളത്തിൽ നിപതിച്ച പാടെ അഗാധതയിലേക്ക് താണുപോയി ഞാൻ. പിന്നെ അടിത്തട്ടിൽ കാലൂന്നി മുകളിലേക്ക് ഉയർന്നു. അപ്പോൾ മാത്രമാണ് നീന്താനറിയാമെന്ന കാര്യം ഞാനോർത്തത്. തുടർന്ന് ഞാൻ നീന്തുകയായിരുന്നു, യാന്ത്രികമായി.

എന്നിലാകെ ഭയം പടർന്നു പിടിച്ചു. ഒരു നിമിഷം കൊണ്ട് എന്നിൽ മാറ്റമുണ്ടാകുകയും ചെയ്തു. എനിക്കെന്റെ ഭാര്യയെ കാണണം! മരുന്നിന്റെ രൂക്ഷഗന്ധം തിങ്ങിയ മുറിയിൽ, കട്ടിലിൽ കമ്പിളിപ്പുതപ്പിനുള്ളിൽ കൂനി കിടക്കുന്ന വാതരോഗിയായ അമ്മയെ കാണണം! എന്നിലാകെ ഉൽക്കടമായ അഭിനിവേശം നുരച്ചുപൊന്തി.

എനിയ്ക്കു മരിക്കേണ്ട. രക്ഷപ്പെടണം. സർവ്വശക്തിയുമെടുത്തു ഞാൻ അലമുറയിട്ടു. എന്റെ അലമുറയിടൽ ചുറ്റുമുള്ള പായൽ പിടിച്ച

ഭിത്തികൾ വിഴുങ്ങിയതല്ലാതെ മുകളിലുള്ളവർ എവിടുന്നു കേൾക്കാൻ! സാന്ത്വനത്തിന്റെ ശബ്ദം ഞാൻ കേട്ടില്ല. മുകളിൽ ആരവ തന്നെ– എന്നിട്ടും പടവുകളിൽ പിടിച്ചുകയറി ഞാൻ വീണ്ടും അലമുറയിട്ടു. അലമുറയിടൽ ഒരിക്കലും മുകളിലേക്ക് തെറിച്ചുപോകയില്ലെന്നറിഞ്ഞ് പടവുകളിൽ പിടിച്ചു ശിരസ്സുയർത്തി ഞാൻ നിന്നു.

അപ്പോൾ മുകളിൽ പ്രകാശം മിന്നി. കുറേ ടോർച്ചുകളുടെ പ്രകാശം താഴേയ്ക്ക് ഇറങ്ങിവന്നു, എന്നെ പൊതിഞ്ഞു. വീണ്ടും ഞാൻ അലമുറയിട്ടു. കൈകൾകൊണ്ട് ഗോഷ്ടികാണിച്ചു. അതവൾ കേൾക്കുകയും കാണുകയും ചെയ്തു. മുകളിൽ ആരവം ഒന്നുകൂടെ ഏറി

ഭാര്യയും മറ്റുള്ള സ്ത്രീകളുമെല്ലാം അലമുറയിട്ടതായിരിക്കാം. ആളുകൾ അനുനിമിഷം ഏറിവന്നിരിക്കാം.

മുകളിലെത്തിയാൽ അബദ്ധത്തിൽ വീണതാണെന്നേ പറയുകയുള്ളൂ എന്നു ഞാൻ ചിന്തിച്ചുറപ്പിച്ചു. അല്ലെങ്കിൽ എങ്ങനെ നാലുപേരുടെ മുഖത്തു നോക്കും?

നിമിഷങ്ങൾക്കും ടോർച്ചുകളുടെ എണ്ണം കൂടി. ചൂട്ടുകറ്റകളുമുണ്ടായിരുന്നു. കനത്ത പ്രകാശം എന്നെ ചുററിവരിഞ്ഞു. മുകളിൽ നിന്നും അവരെന്തൊക്കെയോ പറയുന്നുണ്ടായിരുന്നു ഒന്നും എനിക്ക് കേൾക്കാൻ കഴിഞ്ഞില്ല എന്തിന് ആരുടേയും മുഖം തിരിച്ചറിയാനും കഴിഞ്ഞില്ല– ആകാശത്തിന്റെ ഒരു പോള മുകളിൽ അങ്ങു ദൂരെകണ്ടു.

ഞാനാകെ തണുത്തുവിറച്ചു. തണുപ്പിന്റെ വജ്രമുനകൾ എന്നിലേക്ക് ആഴ്ന്നിറങ്ങി. എന്റെ പല്ലുകളും കാൽമുട്ടുകളും കൂട്ടിയിടിച്ചു.

എനിക്കു നേരെ മുകളിൽ പടവുകളിൽ കുറെ വലിയ ദ്വാരങ്ങളുണ്ടായിരുന്നു. അവയിൽ നിന്നും ഭീതിദരായ പ്രാവുകൾ കുറുകുന്ന ശബ്ദം കേട്ടു.

എനിക്ക് കരച്ചിൽ വന്നു. കവിൾത്തടത്തിൽ കണ്ണുനീരെത്തി. ബുദ്ധിമോശത്തെക്കുറിച്ചോർത്തു പഴിക്കാൻ തുടങ്ങി. ഒടുവിൽ ശബ്ദം താഴ്ന്നുപോയപ്പോൾ, കരയാൻ കഴിയാതെ ഹൃദയത്തിൽ മുഴങ്ങുന്ന തുടികൊട്ടിന്റെ ശബ്ദം കേട്ടു നിൽക്കവേ മുകളിൽ വലിയ പ്രകാശം മിന്നി.

അതൊരു റാന്തലായിരുന്നു. റാന്തൽ കയറിന്മേൽ കെട്ടി ആരോ താഴ്ത്തിത്തരികയായിരുന്നു. എന്നെ പൊതിഞ്ഞിരുന്ന ഇരുട്ടിൽ വെളിച്ചം വരുന്നല്ലോ എന്നോർത്തു സമാധാനിച്ചു.

'പിടിച്ചോളണം..'

ആരോ മുകളിൽ നിന്നും വിളിച്ചു കൂവിയതു അവ്യക്തമായി കേട്ടു.

റാന്തൽ എനിക്കു മുന്നിലെത്തിയപ്പോൾ വീണ്ടും മുകളിൽ നിന്നും സ്വരം.'അഴിച്ചെടുത്തോളൂ...'

ഞാൻ റാന്തൽ അഴിച്ചെടുത്തു പടവിൽ വെച്ചപ്പോൾ കയർ മുകളിലേക്കു കയറിപ്പോയി. തുടർന്ന് എന്നെ വെളിച്ചം പൊതിഞ്ഞു.

എന്നെ എന്താണ് രക്ഷിക്കാത്തത് എന്നു ചിന്തിക്കവേ മുകളിൽ നിന്നും വീണ്ടും വിളിച്ചുപറഞ്ഞത് അവ്യക്തമായി കേട്ടു.

ഫയർ സർവ്വീസുകാർ വരും.

ബലമുള്ള ഒരു കയർ താഴ്ത്തിത്തന്നാൽ ഫയർഫേഴ്സുകാർ വരുന്നതിനുമുമ്പ് മുകളിലെത്താമായിരുന്നു. ഒടുവിൽ, പ്രയാസപ്പെട്ട് ശബ്ദമുയർത്തി ഞാൻ പറഞ്ഞു.

കയറ്.... അതാരും കേട്ടില്ല. അവർത്തിച്ചു.

കയറ്... കയറ്.. താഴ്ത്തിത്താ....

പിടിച്ചു കയറോ... പിടിച്ചു കയറോ...

ഞാൻ തലയാട്ടി. ക്ഷണത്തിൽ, കയർ ഇറങ്ങിവന്നു.

പ്രാവുകളുടെ കറുകലിന്റെ ശബ്ദം ഒന്നുകൂടെ ഏറി-

ഞാൻ കയറിൽ പിടിച്ചു കയറാൻ തുടങ്ങി.

ഒന്ന്... രണ്ട്.... മൂന്ന്....

എത്ര വേഗമാണ് പടവുകൾ താണ്ടിയിരിക്കുന്നത് എന്നു ചിന്തിച്ചു.-

കൈ നീറി- പകുതിവരെ താണ്ടേണ്ടിയിരിക്കുന്നു, ഇനിയും-

പെട്ടെന്ന്. വളരെ പെട്ടെന്ന് കയർ പൊട്ടി. ഒരു വലിയ ശബ്ദത്തോടെ ഞാൻ വെള്ളത്തിൽ നിപതിച്ചപ്പോൾ കൂട്ടനിലവിളിയുയർന്നു.

മുകളിൽ കാൽ ശക്തിയായി പടവിലടിച്ചു- എല്ലുപൊട്ടുന്ന ശബ്ദം കേട്ടു.

ശക്തിയിൽ നിപതിച്ചപ്പോൾ. വെള്ളം തെറിച്ചു വീണു. റാന്തൽ കെട്ടു.

ഞാൻ ഇരുട്ടിലായി. പ്രയാസപ്പെട്ട്, തപ്പിപ്പിടിച്ചു പടവിൽ കയറി നിന്നു- കാൽ നീറി- സഹിക്കാൻ കഴിയാത്ത വേദന. നിൽക്കാൻ കഴിഞ്ഞില്ല- മുകളിൽ നിന്നും ടോർച്ചുകളടിച്ച് എല്ലാവരും എന്നെ നോക്കി.

എന്നിൽ നിന്നും കരുത്ത് ചോർന്നൊലിച്ചു പോയിരുന്നു. എനിയ്ക്ക് തലകറങ്ങി. കണ്ണുകളിലേക്ക് ഇരുട്ട് കുതിച്ചു കയറി- ഫയർ സർവ്വീസുകാർ മണിമുഴക്കത്തോടെ കുതിച്ചുവരികയായിരിക്കുമെന്നോർത്തു. ആ മണിമുഴക്കം അടുത്തു വരുന്നതിനുമുമ്പ് ബോധശൂന്യനായി ഞാൻ പിറകോട്ടു മറിഞ്ഞു.

* * *

അടുഞ്ഞ ചില്ലുജാലകത്തിനപ്പുറം കൊക്കുരുമ്മുന്ന കാക്കയെ കണ്ണു തുറന്നപ്പോൾ ഞാൻ കണ്ടു. മരുന്നിന്റെ രൂക്ഷ ഗന്ധം നാസാരന്ധ്രങ്ങളിലേക്ക് ഇരച്ചു കയറി. കിടക്കുന്നത് ആശുപത്രിയിലാണെന്നറിഞ്ഞത് അപ്പോൾ മാത്രമാണ്-

എല്ലാം ഞാൻ വ്യക്തമായോർത്തു, ഒരു ദുഃഖസ്വപ്നം പോലെ.

കണ്ണീരൊലിപ്പിച്ചു കിടക്കയിലിരിക്കുന്ന ഭാര്യ, ചുററിലും പലരുമുണ്ട്. ഞാൻ എല്ലാവരോടും ചിരിച്ചു

പിന്നെ, എല്ലാവരും പിരിഞ്ഞപ്പോൾ, ഞാനും ഭാര്യയും മാത്രമായപ്പോൾ ചോദിച്ചു.

ആരാണ് എന്നെ രക്ഷിച്ചത്.?

ഫയർസർവ്വീസുകാർ....

എന്നെ ഏതോ വികാരം കീഴടക്കി. എന്നെ രക്ഷിക്കാൻ അവർ

തുനിഞ്ഞല്ലോ എന്നോർത്ത് അത്ഭുതപ്പെട്ടു. കാരണമുണ്ട് മാസങ്ങൾക്കുമുമ്പ്, ഫയർസർവ്വീസ് ദിനാചരണത്തിനായി സംഭാവന പിരിക്കാൻ അവരെന്റെ വീട്ടിൽ വന്നിരുന്നു. ഒരു നയാപൈസാപോലും കൊടുക്കാതെ മടക്കി അയയ്ക്കുകയാണുണ്ടായത്.

എന്നെയാകെ അപകർഷത പുതച്ചു.

വീണ്ടും ഞാൻ ഭാര്യയോട് ചോദിച്ചു.

ആരാണ് എനിക്ക് ബലമില്ലാത്ത കയർ താഴ്ത്തിത്തന്നത്?

ആ കയർ സദാശിവൻ കൊണ്ടുവന്നതാ...

നന്ദിയില്ലാത്ത പട്ടി!

കടത്തിൽ പെട്ടുഴറിയപ്പോൾ പണംകൊടുത്തു സഹായിച്ചതു താനാണ്. ആ കടം ഇന്നുമവശേഷിക്കുന്നു.

എന്നിട്ടും സദാശിവൻ ബലമില്ലാത്ത കയർ താഴത്തിത്തന്നു തന്നെ വീണ്ടും കിണറ്റിൽ തള്ളിയിട്ടല്ലോ എന്നോർക്കവെ മനസ്സ് കലുഷമായി.

പിന്നെ, ഞാൻ തലയുയർത്തി നോക്കി-

-അപ്പോൾ കാലിൽ ബാൻഡേജു കണ്ടു. ബാൻഡേജ് നോക്കിയിരിക്കേ പോലീസുകർ വരുന്നത് കണ്ടു. അവർ എന്നെ സമീപിക്കുന്നത് എന്തിനായിരിക്കും.

ഇസ്രായീൽ

ബി.എം സുഹ്റ

ആസ്പത്രിത്തളത്തിലെ ക്ലോക്കിൽ മണി അടിക്കുന്നത് കേട്ടു എത്രയാണെന്ന് എണ്ണാൻ തോന്നിയില്ല. രണ്ട്, മൂന്ന് അതോ നാലോ... ഈ മുറിയിൽ വന്ന അന്നുമുതൽ ഉറക്കമില്ല, രാത്രിയിൽ ഉറങ്ങാൻ കിടക്കുമ്പോൾ സിസ്റ്റർ ഒരു ചെറിയ വെളുത്ത ഗുളികയും അത് വിഴുങ്ങാൻ അൽപം വെള്ളവും തരാറുണ്ട്. ഗുളിക കഴിച്ചാൽ ഒരുതരം മയക്കമാണ്. എന്തൊക്കെയോ ഭീകരസ്വപ്നങ്ങൾ കാണുന്നു. മിക്കവാറും കാണുന്നത് എന്റെതന്നെ മരണമാണ്. ഇസ്രായീൽ എന്ന മരണദൂതൻ എന്റെ റൂഹിനെ പിടിക്കാൻ വരുന്നു. ഞാൻ ഓടി രക്ഷപ്പെടാൻ ശ്രമിക്കുന്നു. പിടിച്ചു നിർത്തുമ്പോൾ ഞാൻ ഓരോരോ ന്യായങ്ങൾ പറഞ്ഞ് തടിതപ്പും. ഒരൽപം മുമ്പും കണ്ടു. ഇനി അവധി തരാൻ നിവൃത്തിയില്ല എന്നും പറഞ്ഞാണ് പോയിരിക്കുന്നത്. ആരോ വാതിൽ തുറക്കുന്നശബ്ദം കേട്ടു. വീണ്ടും വന്നതായിരിക്കുമോ? കണ്ണ് മുറുകെ അടച്ച് കിടന്നു.

സിസ്റ്റർ റോസമ്മ. കൺപോള ഒരൽപം തുറന്നപ്പോൾ, നിഴലുപോലെ റോസമ്മ. രാത്രി സിസ്റ്റർ ഇടയ്ക്കിടെ വന്ന് നോക്കാറുണ്ട്. ഞാൻ ഉറക്കം നടിച്ച് കിടന്നു. അല്ലെങ്കിൽ സിസ്റ്റർ വീണ്ടും ഗുളിക തരും അത് കഴിച്ചാൽ ഉറക്കം വരില്ല, മയങ്ങുകയേയുള്ളു. വേണ്ടാത്ത ചിന്തകളെല്ലാം മനസ്സിൽ നിറയും സിസ്റ്റർ ടോർച്ചടിച്ചു നോക്കി. ഉറങ്ങുകയാണെന്ന് ധരിച്ചിട്ടുണ്ടാവും. ശബ്ദമുണ്ടാക്കാതെ തിരിച്ചുപോയി.

ഉറങ്ങിക്കിടക്കുമ്പോൾ ആരോ വന്ന് തട്ടുന്നതുപോലെ തോന്നും. സൗമ്യമായ ശബ്ദം കാതിൽ വന്നു വീഴും. ഇസ്രായീൽ എന്ന മലക്കാണ് ദൈവകൽപനയനുസരിച്ച് ഈ ലോകത്തുള്ള ഇസ്ലാമികളുടെയെ

ല്ലാം ജീവനെടുക്കുന്നത്. പാപം ചെയ്യുന്നവരെ കഠിനമായി ഉപദ്രവിക്കും. അവർ വളരെ കഷ്ടപ്പെട്ടാണ് മരിക്കുക. നല്ലവരുടെ റൂഹ് ശരീരം വിട്ടു പോകുന്നത് അവർ അറിയുകയേയില്ല. ഇതെല്ലാം ചെറുപ്പം മുതലേ പഠിച്ചിട്ടുണ്ട്. മരണസമയത്ത് ഇബ്‌ലിസ് എന്ന പഹയന്റെ ശവ്വിൽ നിന്ന് രക്ഷിക്കണേ എന്ന് അഞ്ചു നേരവും നിസ്കരിച്ചു കഴിഞ്ഞാൽ ദ്വാ എരക്കണമെന്ന് ഉമ്മ പറഞ്ഞുതന്നിരുന്നു. മിക്കവാറും, അത് മറന്നു പോകും. മോന് പരീക്ഷയിൽ നല്ല മാർക്ക് കിട്ടണേ, ഭർത്താവിനെ കാത്തു രക്ഷിക്കണേ എന്നൊക്കെയാണ് എന്നും പ്രാർഥിക്കുന്നത്. രോഗം വരുമ്പോൾ മാത്രം മരണത്തെകുറിച്ച് ഓർക്കുന്നു. അതുകൊണ്ട് ക്രൂരനായ ഇസ്രായീൽ ആയിരിക്കും എന്നെ കൊണ്ടുപോകാൻ വരിക എന്നായിരുന്നു. വിചാരിച്ചിരുന്നത്. ആ സൗമ്യശബ്ദം കേട്ടപ്പോൾ സമാധാനമായി. ഒട്ടത്ഭുതവും. എന്നെ തട്ടിയുണർത്തിയിട്ട് ഇസ്രായീൽ പറഞ്ഞു.

'ആയിഷാ, സമയമായി, നീ രണ്ടുമൂന്ന് പ്രാവശ്യമായി തട്ടാമുട്ട് ന്യായങ്ങൾ പറഞ്ഞ് എന്നെ മടക്കുന്നു. ഇപ്രാവശ്യം എന്താണ് നിന്റെ പരാതി?'

'ഈ ആസ്പത്രിക്കട്ടിലിൽ കിടന്ന് എനിക്ക് മരിക്കണ്ട, വീട്ടിൽ പോകണം. എന്റെ മകൻ പത്താംക്ലാസ്സിലാണ്. അവന് പരീക്ഷയടുത്തു. കണക്കിൽ മോശമാണ്. ഞാനാണവനെ കണക്കു പഠിപ്പിക്കുന്നത്. ഞാനില്ലെങ്കിൽ അവൻ തോറ്റുപോകും ഞാൻ മരിച്ചാൽ എന്റെ ഭർത്താവും മകനും വല്ലാതെ കഷ്ടപ്പെടും. കുറച്ചുസമയം കൂടി...'

'..നിന്നെ നിന്റെ സമ്മതത്തോടെ കൊണ്ടുപോകാൻ പറ്റുമെന്ന് തോന്നുന്നില്ല, നീ നല്ലവളും പാവവുമായതുകൊണ്ടാണ് ഞാൻ ബലം പ്രയോഗിക്കാത്തത്. നീ മരിച്ചാൽ നിന്റെ ഭർത്താവും മകനും സങ്കടപ്പെടുമെന്നാണോ വിചാരം?'

'ഞാനില്ലെങ്കിൽ വീട്ടുകാര്യങ്ങളെല്ലാം അവതാളത്തിലാകും, തീർച്ച. അവർക്ക് ആര് ആഹാരം ഉണ്ടാക്കിക്കൊടുക്കും? ആരാണ് അവരുടെ തുണികളലക്കി ഇസ്തിരിയിട്ട് കൊടുക്കുക?'

'വെറുതെ വേവലാതിപ്പെടുകയാണ്. നീയില്ലെങ്കിലും അവർ സുഖമായി ജീവിക്കും നിന്റെ ഭർത്താവ് വീണ്ടും കല്യാണം കഴിക്കും. നിന്റെ മകന് നിന്നെപ്പറ്റി ഓർക്കാൻപോലും സമയം കാണില്ല, നീ ഇത്ര പാവമായിപ്പോയല്ലോ!'

'എനിക്ക് ഒരവധികൂടിത്തരൂ...... വീട്ടിലെത്തിയിട്ട്.....'

പെട്ടെന്ന് വാതിലോ ജനലോ വലിച്ചടയ്ക്കുന്ന ശബ്ദം കേട്ടു. ഒരശരീരി പോലെ ആ വാക്കുകളും. 'ശരി, ഈ പ്രാവശ്യംകൂടി ഞാൻ മടങ്ങുന്നു.'

ഇനി എന്നെ വെറും കൈയോടെ അയക്കരുത്.

സമാധാനത്തോടെ കണ്ണുതുറന്നപ്പോൾ മുറിയിലാകെ വെളിച്ചം. സിസ്റ്റർ തെർമൊമീറ്ററുമായി അരികിൽ നിൽക്കുന്നു.

'പോയി, അല്ലേ?'

'ആരാ ഉമ്മാ?'

'ഇസ്രായീൽ'

'യ്യോ അതൊരു രാജ്യമല്ലേ? എവിടെപ്പോകാനാ? ഉമ്മ വെളുപ്പാൻ കാലത്ത് സ്വപ്നം കണ്ടോ?'

സിസ്റ്റർ തെർമോമീറ്റർ വായിൽ വെച്ച് നാഡിപിടിച്ച് വാച്ചിൽ നോക്കിക്കൊണ്ട് നിന്നു. തേർമോമീറ്റർ വായിൽ നിന്നെടുത്തപ്പോൾ ഞാൻ ചോദിച്ചു.

'സമയമെത്രയായി?'

'അഞ്ച് കഴിഞ്ഞു ഉമ്മാ, ഇന്ന് ഞായറാഴ്ചയല്ലേ? ഭർത്താവും മകനും വരുമല്ലോ ഉമ്മ എണീറ്റ് റെഡിയാകുന്നില്ലേ.'

ചാർട്ടിൽ ടെമ്പറേച്ചർ കുറിച്ചിടുന്നതിനിടയിൽ അവർ ചോദിച്ചു.

'ങ്ങ്' അലസമായി മൂളി

'എന്താ ഉമ്മാ ഒരു ഉന്മേഷമില്ലാത്തത്? സാധാരണ ഞായറാഴ്ച നേരത്തെ എണീറ്റ് റഡിയാകാറുണ്ടല്ലോ'

ഒരു മറുപടിക്കു കാത്തു നിൽക്കാതെ സിസ്റ്റർ വാതിലടച്ച് അടുത്ത മുറിയിലേക്കു പോയി. ശരിയാണ്, സാധാരണ ഞായറാഴ്ചകൾക്ക് വേണ്ടി കാത്തിരിക്കാറുണ്ട്. ഭർത്താവ് മകനേയും കൂട്ടിവരും. അവൻ സ്കൂളിലെ വിശേഷങ്ങളൊക്കെ പറയും. അതു കഴിഞ്ഞ് ഞാനവനെ കണക്ക് പഠിപ്പിക്കും. ഭർത്താവ് പേപ്പർ വായിച്ചുകൊണ്ട് അടുത്ത കട്ടിലിൽ കിടക്കും. ഉച്ചയ്ക്ക് ഒന്നിച്ചിരുന്ന് ഊണ് കഴിക്കും. വൈകുന്നേരമാകുന്നതറിയില്ല. പക്ഷേ, ഇന്നാകെ മടുപ്പ് തോന്നുന്നു. ഇസ്രായീൽ പറഞ്ഞതുതന്നെയായിരുന്നു. മനസ്സിൽ. അദ്ദേഹം എല്ലാം അറിയുന്നവനാണ്. അദ്ദേഹം പറയുന്നത് ശരിയായിരിക്കും. ഞാൻ മരിച്ചാലും അവർ സുഖമായി ജീവിക്കും, എന്റെ ശരീരം മണ്ണാകുന്നതിന് മുമ്പ് അവർ എന്നെ മറക്കുകയും ചെയ്യും.

പല്ലുതേക്കുമ്പോഴും ഒളു എടുത്ത് നിസ്ക്കരിക്കുമ്പോഴുമൊക്കെ മനസ്സ് പതറുകയായിരുന്നു. കുളിക്കാൻ തോന്നിയില്ല. നൈറ്റ് ഡ്രസ്സ് മാറ്റി സാരിയുടുത്തു ജനലരികിലുള്ള കസേരയിൽ ചെന്നിരുന്നു. അപ്പോഴേക്കും കോൺവെന്റിലെ ജോലിക്കാരി ഗ്രേസിക്കുട്ടി ഫ്ളാസ്കിൽ ചായയുമായി എത്തി. ചായ ഗ്ലാസിൽ ഒഴിച്ച് പതിവ് കുശലങ്ങൾക്കു ശേഷം അവൾ ഫ്ളാസ്ക്ക് എടുത്ത് തിരിച്ചുപോയി.

കുന്നിൽമുകളിലാണ് ആസ്പത്രി. നഗരത്തിൽ നിന്ന് ഇരുപത് മൈൽ അകലെ ഇറ്റാലിയൻ സിസ്റ്റേഴ്സ് നടത്തുന്നതാണ്. എല്ലാറ്റിനും അടുക്കും ചിട്ടയും. മദർ നേരിട്ടു വന്ന് എല്ലാം പരിശോധിക്കും. പ്രധാന ഡോക്ടർ ഭർത്താവിന്റെ അടുത്ത സുഹൃത്ത്. അതുകൊണ്ട് ഒന്നിനും വിഷമമില്ല, ഡോക്ടർ ആ കോമ്പൗണ്ടിൽ തന്നെയാണ് തമസം. വിശേഷിച്ചെന്തെങ്കിലും വീട്ടിലുണ്ടാക്കിയാൽ ഇങ്ങോട്ടും കൊടുത്തയയ്ക്കും. മിക്ക ദിവസവും വൈകുന്നേരം കുറെ നേരം ഇവിടെ വന്നിരിക്കും. ഭർത്താവ് ആദ്യമൊക്കെ ദിവസവും വരുമായിരുന്നു. ഞാനാണ് വിലക്കിയത്. ഓപ്പറേഷൻ വരെ ഒറ്റയ്ക്ക് നിന്നോളാം വെറുതെ ബുദ്ധിമുട്ടണ്ട. ഡോക്ടറും അതിനോട് യോജിച്ചു. ഓപ്പറേഷനുള്ള തീയതി ഇനിയും നിശ്ചയിച്ചിട്ടില്ല.

എന്താണാവോ? അന്നായിരിക്കുമോ ഇസ്രായീൽ വരിക? വന്നാൽ ഏതായാലും പോകണം. ഇനി മടക്കുന്നത് ശരിയല്ല. മടക്കാൻ ന്യായവും കാണുന്നില്ല, ജനലിൽ കൂടി തണുത്ത കാറ്റടിച്ചപ്പോൾ വിറയലനുഭവപ്പെട്ടു. പതുക്കെ എണീറ്റ് ചായ കുടിച്ചു. ഷാളെടുത്ത് പുതച്ച് വീണ്ടും ഇരുന്നു. വാച്ചിൽ നോക്കി, ആറായതേ ഉള്ളൂ.

ഇവിടെ വന്നതോടെ സമയം നീങ്ങാറില്ല, വീട്ടിലാണെങ്കിൽ രാവിലെ അഞ്ചുമണിക്കെറ്റീണാൽ സമയം പോകുന്നതറിയില്ല, സുബഹിനിസ്ക്കാരം കഴിഞ്ഞ് അടുക്കളയിൽ കയറിയാൽ തിരക്കോട് തിരക്കുതന്നെ. മോൻ പഠിക്കാനായി അഞ്ചുമണിക്കെഴുന്നേല്ക്കും.

അവന് ചായയും മുട്ടപുഴുങ്ങിയതും അവന്റെ മുറിയിൽ കൊണ്ടുകൊടുക്കണം. ഏഴുമണിക്കുണർന്ന ഭർത്താവ് പുറത്തെ സിറ്റൗട്ടിലിരുന്ന് പത്രം വായിക്കുന്നുണ്ടാകും. മുപ്പർക്ക് ചായ അവിടെ കിട്ടണം. പിന്നെ പ്രാതൽ, ഉച്ചയ്ക്കലേക്കുള്ള ടിഫിൻ മുതലായവ ശരിയാക്കണം. അതിനിടയിൽ മകൻ നൂറു കാര്യങ്ങൾക്കായി വിളിച്ചു കൂവും.

'ഉമ്മാ ഷൂ പോളീഷിട്ടിട്ടില്ല, ഉമ്മാ എന്റെ സോക്സ് കാണുന്നില്ല, ഉമ്മാ എന്റെ സ്ക്കൂൾ ഡയറി കണ്ടോ?'

ഭർത്താവിനും എല്ലാ കാര്യങ്ങൾക്കും താൻ വേണം. 'ആയിഷാ ഈ കുഴമ്പൊന്ന് ചൂടാക്കിത്താ. ഷർട്ടിന് ബട്ടണില്ല. എന്റെ കർച്ചീഫെവിടെ? ഒരു സാധനം വെച്ചിടത്ത് കാണില്ല!'

ഇതിനിടയിൽ കിടന്ന് അങ്ങോട്ടുമുങ്ങോട്ടും ഓടാൻ ഇഷ്ടമായിരുന്നു. പക്ഷേ, കുറച്ച് കാലമായി ആകെ മൂഡിയായി. രാത്രി ഉറക്കമില്ല. രാവിലെ ഉണരുമ്പോൾ വൈകും. വീട്ടുകാര്യങ്ങൾക്ക് മുടക്കം വരാൻ തുടങ്ങിയപ്പോൾ ഭർത്താവും മകനും പിറുപിറുത്തു.

'ഉമ്മായ്ക്ക് സുഖമില്ലെങ്കിൽ ഡോക്ടറെ കാണിച്ചൂടെ? അല്ലെങ്കിൽ ഒരു പണിക്കാരത്തീനെ വെക്ക്. ഇന്നലെയും സ്കൂളിലെത്തിയപ്പോൾ ബെല്ലടിച്ചു.'

'നീയെന്താ എന്റെ ലഞ്ച് ബോക്സ് ബാഗിൽ വെക്കാത്തത്? ഉച്ചയ്ക്ക് പട്ടിണി.'

സാമ്പാറിൽ ഉപ്പില്ല, ഇഡ്ഡലി സോഫ്റ്റല്ല, മീൻ പൊരിഞ്ഞില്ല... പരാതികൾ കേട്ടുകേട്ട് തല പിളർന്നു. അങ്ങനെയാണ് ആമിനിത്തയെ പണിക്ക് നിർത്തിയത്. അതേതായാലും നന്നായി. ഞാൻ വീട്ടിലില്ലെങ്കിലും വീട്ടുകാര്യങ്ങളെല്ലാം മുടക്കം കൂടാതെ നടക്കുന്നുണ്ട്. ആമിനിത്ത നല്ല പാചകക്കാരിയാണ്. കൊല്ലങ്ങളായി ഇത്താത്തയുടെ വീട്ടിലായിരുന്നു. എന്റെ വിഷമവും ബുദ്ധിമുട്ടും കണ്ട് ഇത്താത്ത അയച്ചു തന്നതാണ്. അടുക്കളയിൽ മറ്റാരും കയറുന്നത് എനിക്ക് തീരെ ഇഷ്ടമായിരുന്നില്ല. എല്ലാറ്റിനും അടുക്കും ചിട്ടയുമുണ്ടായിരുന്നു. എല്ലാടിന്നുകളിലും പേരെഴുതി ഒട്ടിച്ച് ആതാതു സ്ഥാനത്ത് വെക്കണമെന്ന് നിർബന്ധമാണ്. ഇപ്പോൾ ഒക്കെ നല്ല കോലമായിട്ടുണ്ടാകും! പക്ഷേ, ഭർത്താവിനും മകനും കഴിഞ്ഞയാഴ്ച വന്നപ്പോഴും പറഞ്ഞു:

'ആമിനത്തയുടെ കോഴിബിരിയാണിക്ക് എന്താ ടേസ്റ്റ്, ഉമ്മ തലകുത്തിമറഞ്ഞാല് അങ്ങനെ ബിരിയാണി വെക്കാൻ കയ്യൂല.'

'ശരിയാ, ചെലവു കുറച്ച് ജാസ്തിയാണെങ്കിലും നല്ല ഭക്ഷണം കിട്ടുന്നുണ്ട്.'

ആമിനത്ത എല്ലാ ഞായറാഴ്ചയും എനിക്കു വേണ്ടി എന്തെങ്കിലും പ്രത്യേകമായി ഉണ്ടാക്കിക്കൊടുത്തയക്കും. പക്ഷേ ഒന്നും കഴിക്കാൻ തോന്നാറില്ല. വെറുതെ ദേഷ്യം വരും. കോൺവെന്റിൽ നിന്നും കൊണ്ടു വരുന്ന സാമ്പാറും പുളിച്ച തൈരും കൂട്ടി രണ്ടുരുള തിന്നു. ആമിനത്ത കൊടുത്തയയ്ക്കുന്നത് ഗ്രേസിക്കുട്ടിക്ക് കൊടുക്കും. കഴിഞ്ഞയാഴ്ച വന്നപ്പോൾ മോൻ പറഞ്ഞു.:

'എനിക്ക് പരീക്ഷ അടുത്തു. ഉമ്മയ്ക്ക് എന്റെ പരീക്ഷ കഴിഞ്ഞിട്ട് ഇങ്ങോട്ട് വന്നാപ്പോരായിരുന്നോ'

അവനിങ്ങോട്ടുള്ള വരവ് മതിയായെന്നാണ് തോന്നുന്നത്. ഈ യാഴ്ച അവനോട് വരണ്ടെന്ന് പറഞ്ഞിട്ടുണ്ട്. ഭർത്താവിനും മടുക്കുന്നുണ്ടാകും. ഒന്നും പറയാത്തതായിരിക്കും. ആസ്പത്രിയിൽ വരണമെന്ന് ഒരിക്കലും ഞാനായിട്ട് പറഞ്ഞിട്ടില്ല. ഒരിക്കൽ ബോധം കെട്ടു വീണു. അന്ന് ഡോക്ടറെ കാണിച്ചപ്പോൾ തുടങ്ങിയ പരീക്ഷണങ്ങളാണ്. തല തിരിച്ചും മറിച്ചും വെച്ച് എക്സ്റേകൾ എടുത്തു എന്നിട്ടാണ് ഓപ്പറേഷൻ വേണമെന്ന് വിധിയെഴുതിയത്. മകന്റെ പരീക്ഷ കഴിഞ്ഞിട്ട് മതിയെന്ന് അപ്പോഴും ഞാൻ പറഞ്ഞിരുന്നു. ഡോക്ടർ സമ്മതിച്ചില്ല. ഇവിടെ കിടക്കാൻ തുടങ്ങിയിട്ട് മാസം ഒന്നു കഴിഞ്ഞു.....

'ഹലോ. ഗുഡ്മോണിങ്. രാവിലെത്തന്നെ സ്വപനം കാണുകയാണോ?'

ഡോക്ടറാണ്. എണീറ്റ് കട്ടിലിൽ ചെന്നിരുന്നു. ഡോക്ടർ കുഴലു വെച്ച് നെഞ്ചും പുറവുമൊക്കെ പരിശോധിച്ചു. സിസ്റ്റർ കൊടുത്ത ചാർട്ട് നോക്കി. മുഖത്ത് ഭാവവ്യത്യസമൊന്നുമില്ല.

'രാത്രി ഉറങ്ങിയില്ലേ?'

'ആ'

'വാട്ട് ഹാപ്പൻഡ് ആയിഷാ? രാവിലെതന്നെ മൂഡിയായിരിക്കുന്നു.'

'ഡോക്ടർ എനിക്കിപ്പോൾ അസുഖമൊന്നുമില്ല. എനിക്കിപ്പോൾ വീട്ടിൽ പോണം. ഞാനിങ്ങനെ ഇവിടെ കിടന്നാൽ എല്ലാവർക്കും ബുദ്ധിമുട്ടാണ്. മകന് അടുത്തമാസം പരീക്ഷയാണ്..'

'ഓക്കെ. മുഹമ്മദ് വരട്ടെ. നമുക്കാലോചിക്കാം. ചെറിയ ടെമ്പറേച്ചർ ഉണ്ടല്ലേ. സിസ്റ്റർ പാരാസെറ്റമോൾ കൊടുത്തോളൂ. ഇപ്പോൾത്തന്നെ. പോട്ടെ. ബീ ചിയർഫുൾ.'

ഡോക്ടർ പുറത്തു തട്ടിക്കൊണ്ട് പറഞ്ഞു. അപ്പോഴേക്കും കൈയിൽ പ്ലാസ്റ്റിക് കൊട്ടയുമായി ഭർത്താവെത്തി. കൊട്ട എന്നെ ഏൽപിച്ച് അദ്ദേഹം ഡോക്ടറുടെ കൈപിടിച്ച് കുലുക്കി. രണ്ടു പേരും പുറത്തേക്ക് പോയപ്പോൾ കൊട്ട മേശപ്പുറത്തു വെച്ച് ജനലരികിൽ ചെന്നു നിന്നു. ജനലിൽക്കൂടി നോക്കിയാൽ ഉയർന്ന കുന്നും പച്ചപിടിച്ച താഴ്വരയും കാണാം, ജനലിന് താഴെ തോട്ടത്തിൽ മേരിമാതാവിന്റെ പ്രതിമ. ചുറ്റും പലനിറത്തിലുള്ള ബൊഗൈൻ വില്ലകൾ പൂത്ത് നിൽക്കുന്നു. ചട്ടികളിൽ റോസാപ്പൂക്കൾ, നിറയെ പൂക്കളുള്ള ഒരരളിമരം. താഴെ പരവതാനി

വിരിച്ചതു പോലെ പൂക്കൾ. തോട്ടക്കാരൻ ചെടികൾ നനയ്ക്കുന്നുണ്ട്. മദർ തോട്ടക്കാരന് നിർദ്ദേശം കൊടുത്തു കൊണ്ട് അരികിൽ നിൽക്കുന്നു. ജനലരികിൽ എന്നെ കണ്ടപ്പോൾ മദർ കൈവീശി. ഞാനും കൈ ഉയർത്തി.

കാലൊച്ചകേട്ട് തിരിഞ്ഞുനോക്കി. ഭർത്താവ് വിഷണ്ണനായി നിൽക്കുന്നു.

'ഉം എന്താ?'

'ഓപ്പറേഷൻ മറ്റന്നാളാണ്.'

'ഇത്താത്തയെ അറിയിക്കണം. എവിടെയാണ് കീറേണ്ടത്?'

'തലയ്ക്കാണ്. മുടിമുഴുവൻ വെട്ടിക്കളയണമെന്ന്...'

അദ്ദേഹത്തിന് മുഴുവനാക്കാൻ കഴിഞ്ഞില്ല. കറുത്ത ഇടതൂർന്ന തലമുടിയിൽ വിരലോടിച്ചു. മൊട്ടയടിച്ച എന്റെ മുഖം ഭാവനയിൽ കണ്ടപ്പോൾ നടുങ്ങി.

''നീ രാവിലെ ഒന്നും കഴിച്ചില്ലല്ലോ. പത്തിരിയും ഇറച്ചി പൊരിച്ചതുമുണ്ട്. തരട്ടെ?''

'ഞാൻ കഴിച്ചോളാം.' കൊട്ടയിൽനിന്ന് വട്ടത്തിലുള്ള ടിഫിൽ ബോക്സ് പുറത്തെടുത്തു. തേങ്ങാപ്പാലും നെയ്യും പുരട്ടിയ പത്തിരിയും ഇറച്ചി പൊരിച്ചതും. വിശപ്പു തോന്നിയില്ല. ഒരു പത്തിരി എടുത്തുതിന്നു. ഇലക്ട്രിക് കെറ്റിലിൽ വെള്ളം ചൂടാക്കി ഹോർലിക്സ് ഉണ്ടാക്കി. ഒരു ഗ്ലാസ് ഭർത്താവിന് കൊടുത്തു. അദ്ദേഹം ഒന്നും മിണ്ടാതെ തലയും കുനിച്ച് ഇരിക്കുകയാണ്.

'ഡോക്ടറെന്താ പറഞ്ഞത്? ഓപ്പറേഷൻ അത്യാവശ്യമാണോ? എനിക്ക് വീട്ടിൽ പോകണം. എന്റെ കട്ടിലിൽ കിടക്കണം. മുപ്പർക്ക് ഞാൻ വാക്ക് കൊടുത്തതാണ്. ഇന്നും ഞാൻ മടക്കി അയച്ചു. ഇനി പറ്റില്ല.'

'ആയിഷാ നീ എന്തൊക്കെയാ പറയുന്നത്? ഇപ്പോൾ എങ്ങനെയാ വീട്ടിൽ പോകുന്നത്? ഒപ്പറേഷൻ കഴിഞ്ഞാൽ നമുക്ക് പോകാം.'

'പറ്റൂല,. എനിക്കിന്ന് വീട്ടിൽ പോകണം. രണ്ടു ദിവസം കഴിഞ്ഞിട്ട് മടങ്ങിവരാം.'

'ഇങ്ങനെ കുട്ടിയെപ്പോലെ വാശിപിടിച്ചാലോ?'

'ഇനി ഞാൻ ബുദ്ധിമുട്ടിക്കില്ല, ഇപ്രാവശ്യം മാത്രം ഡോക്ടറോട് അനുവാദം വാങ്ങി എന്നെ വീട്ടിൽ കൊണ്ടു പോകണം. ഒരാഴ്ച കഴിഞ്ഞ്, അല്ല, രണ്ടു ദിവസം കഴിഞ്ഞ് മടങ്ങിവരാം. ഒന്ന് ചോയ്ച്ച് നോക്ക്.'

എന്റെ മുഖത്തെ ദയനീയത കണ്ടിട്ടാകാം. അദ്ദേഹം ഒന്നും മിണ്ടാതെ ഡോക്ടറുടെ മുറിയിലേക്കു നടന്നു. ഞാൻ പെട്ടിയിൽ സാധനങ്ങൾ അടുക്കിവെക്കാൻ തുടങ്ങി. എന്റെ ഇസ്രായീലിന്റെ സൗമ്യശബ്ദം മാത്രമേ ഉണ്ടായിരുന്നുള്ളു. ഇല്ല, ഇപ്രാവശ്യം ഞാൻ വാക്കുപാലിക്കും. ഞാൻ വരും അങ്ങ് വിളിച്ചാലുടൻ കൂടെവരും ബലം പ്രയോഗിക്കാതെ എന്നെ കൊണ്ടു പോകാം. എന്റെ വീട്ടിലെ കട്ടിലിൽ കിടന്ന് എനിക്ക് സൗമ്യമായി, ശാന്തമായി.. ഞാൻ പിറുപിറുത്തു കൊണ്ടിരുന്നു.

മേൽവിലാസം

എം.എ റഹ്മാൻ

റിട്ടയേർഡ് സർക്കിൾ ഇൻഡ്പെക്ടർ അടിയോടി എന്നും രാവിലെ എഴുന്നേറ്റാലുടൻ ബെഡ്കോഫിയും കഴിച്ച് തന്റെ വെള്ളികെട്ടിയ ചൂരൽവടിയുമെടുത്ത് ഒരു നാഴിക നടക്കാറുണ്ട്. അയാളാണ് ആദ്യം ശ്രീനാഥിനെ കണ്ടത്. നഗരത്തിൽ നിന്നും ആദ്യം വരുന്ന ബസ്സ് ശ്രീനാഥിനുവേണ്ടി നിന്നു കൊടുത്തശേഷം ഒരു വലിയ മുക്രയോടെ പൊടിപറത്തിക്കൊണ്ട് അടിയോടിയേയും കടന്നുപോയി. പൊടിമണ്ണ് ഒഴിഞ്ഞപ്പോൾ അടിയോടി ശ്രീനാഥിന്റെ മുഖം പിടിച്ചെടുത്തു. ഒരു അയഞ്ഞ തുണിസഞ്ചി തോളിലിട്ട് മുഷിഞ്ഞ കുപ്പായവും പരുക്കൻ തുണിയും ചുറ്റി, തലനിറയെ മുടിയും അതിലേറെപ്പോന്ന താടിയും. കാലിൽ ചെരുപ്പുപോലുമില്ല. കണ്ണുകളാണെങ്കിൽ പ്രകാശം വറ്റി നിശ്ചലമായതുപോലെ.

'വലിയ വീട്ടിലെ നായനാരുടെ മകൻ ശ്രീനാഥല്ലെ നീ. യൂണിവേഴ്സിറ്റി കോളേജിൽ നിന്ന് എം.എ കഴിഞ്ഞ കുട്ടിയല്ലെ.'

ശ്രീനാഥ് തലയാട്ടി. അവന്റെ മുഖത്ത് ഭാവഭേദമൊന്നും ഉണ്ടായില്ല. നഗരത്തിൽ നിന്നും കിട്ടിയ സമ്പാദ്യമാണത്. അടിയോടി മുമ്പിലും ശ്രീനാഥ് പിമ്പിലുമായി നടന്നു. വായിൽ വെള്ളിക്കരണ്ടിയുമായി പിറന്നുവീണ കുട്ടി. ഇങ്ങനെയൊന്നുമല്ല അയാൾ അവന്റെ തിരിച്ചുവരവ് പ്രതീക്ഷിച്ചത്. ചുരുങ്ങിയ പക്ഷം ശ്രീനാഥിന് ഒരു എൻ.ജി.ഒ എങ്കിലും ആകാമായിരുന്നു. ശ്രീനാഥിന്റെ വിധിയിൽ സഹതപിക്കുന്നവിധം അയാൾ മൗനം ആചരിച്ചു. കുറേ നടന്നപ്പോൾ വഴി രണ്ടായി പിരിഞ്ഞു. അടിയോടിക്ക് വലത്തോട്ടും ശ്രീനാഥിന് ഇടത്തോട്ടും പോകണം. അതിനു മധ്യത്തിലായി ഭഗവതിയുടെ ഭണ്ഡാരപ്പെട്ടി. അടി

യോടി പതിവായി ചെയ്യുറുള്ളതുപോലെ തന്റെ ജുബ്ബയുടെ പോക്കറ്റിൽ നിന്നും ഒരു പത്തുപൈസതുട്ടെടുത്ത് ഭണ്ഡാരപ്പെട്ടിയിൽ നിക്ഷേപിച്ചു. പിന്നെ അൽപ്പനേരം തൊഴുകൈയ്യോടെ നിന്നിട്ട് അയാളുടെ വഴിയിലേക്കിറങ്ങി. ശ്രീനാഥ് ഇടത്തെ വഴിയിലൂടെ ഓരം ചേർന്നു നടന്നു തുടങ്ങി. എന്തുകൊണ്ടാണ് അടിയോടി പിന്നീടൊന്നും സംസാരിക്കാതിരിക്കുന്നതെന്ന് ശ്രീനാഥ് ചിന്തിച്ചില്ല, എല്ലാം അയാൾ നഗരത്തിൽ പഠിച്ചിട്ടുണ്ട്. അയാളുടെ ലക്ഷ്യം കുണ്ടേിാളം പാറയുടെ താഴ്വാരത്ത് പുന്നമരങ്ങൾ കാവലിരിക്കുന്ന വലിയ വീടാണ്. അതാണ് അയാളുടെ ഗർഭഗൃഹം. അതിന്റെ എല്ലാ വാതിലുകളും ബന്ധിച്ചിരിക്കുമെന്നും അത് ചവിട്ടിത്തുറക്കുവാൻ അയാൾ മാത്രമേ ബാക്കിയുള്ളു എന്നും ശ്രീനാഥിനറിയാം.

കറുകപ്പുല്ലും ചെത്തിയും വളരുന്ന മെലിഞ്ഞ വരമ്പിലൂടെ നടക്കുമ്പോൾ ശ്രീനാഥിന് കുട്ടിക്കാലം തിരിച്ചു കിട്ടിയതായി തോന്നി. കുന്നിൻ പുറത്തേക്ക് ചെല്ലണം. കുന്നിക്കുരു പെറുക്കണം, ചിരുതത്തീയ്യത്തിയുടെ മകൾ ആ മൊട്ടച്ചിപ്പെണ്ണിന് പാവയുണ്ടാക്കിയാൽ കണ്ണ് വയ്ക്കാൻ കുന്നിക്കുരു വേണം. വാഹനങ്ങൾ തലങ്ങും വിലങ്ങും കിടന്ന് യുദ്ധനാദം പുറപ്പെടുവിക്കുന്ന, ക്രൂരമായ ആ സൈറൺ വിളിയിൽ എല്ലാം വലിച്ചു കുടിക്കുന്ന നഗരത്തിന്റ സകല വിഴുപ്പും വലിച്ചെറിഞ്ഞ് ശ്രീനാഥ് ഓടി അയാൾ കുംണ്ടോളംപാറ ചവിട്ടിക്കയറി, നഗ്നമായ കാലടികൾ പാറമുള്ളുകൾ കുത്തിനോവിച്ചു. ശ്രീനാഥിന് അതൊരു സുഖമായിരുന്നു. അയാൾ പടിപ്പുരയിലെത്തി. പ്രാചീനമായൊരു സ്മാരകം പോലെ അസ്ഥികൂടമായിക്കിടക്കുന്ന ആ വലിയ വീട്ടിന്റെ മുമ്പിൽ നിന്നും ശ്രീനാഥ് ചുറ്റും നോക്കി, ഭദ്രമായി അടച്ചു കുറ്റിയിട്ട വാതിലിൽ പഞ്ചായത്തുകാർ കുറിച്ചിട്ട് മാഞ്ഞുപോയ ആ പഴയവീട്ടുനമ്പർ.

ശ്രീനാഥ് വാതിൽ തുറന്നു, അകത്ത് ഇരുട്ടാണ്. മാറാലകളിൽ അള്ളിപ്പിടിച്ച് നിൽക്കുന്ന കടവാതിലുകൾ അയാൾ സ്വയം ഓരോ പണികൾ ചെയ്യാൻ തുടങ്ങി. അച്ഛന്റെ മുറി, അച്ഛൻ കിടന്ന വീട്ടിക്കട്ടിൽ, നിലത്ത് കമിഴ്ത്തിവെച്ച തുപ്പൽക്കോളാമ്പി, കോവണി, ഇടനാഴി, പത്തായപ്പുര അകത്തെ മുറിയിൽ ചുവരിൽ നിന്നും ചുവരിലേക്ക് നീണ്ടുകിടക്കുന്ന ആ വലിയ കയർ. ശ്രീനാഥ് അതിൽ പിടിച്ചു. അപ്പോൾ അയാൾ ഒരു ഇണയ്ക്കു വേണ്ടി ദാഹിച്ചു. ഈ കയറിൽ തൂങ്ങിയാണ് പരമ്പരാഗതമായി ആ തറവാട്ടിൽ ആണുങ്ങൾ പെണ്ണുങ്ങളുമായി ഇണചേർന്നിരുന്നത്. വലിയ വീട്ടിൽ നായനാർ എത്രയോ അന്യവീട്ടിലെ പെണ്ണുങ്ങളെ ആ കയറിനുകീഴെ കിടത്തിയശേഷം ഇടനാഴിയിലെ ഇരുട്ടിലിട്ട് ചവിട്ടിക്കൊന്നിട്ടുണ്ട്.

ശ്രീനാഥ് അടുക്കളയിലേക്ക് ചെന്ന് ഒരു വലിയ വെട്ടുകത്തി എടുത്തുകൊണ്ടുവന്നു. വളരെ സാവധാനത്തിൽ ഓരോ ഇഴകളായി അയാൾ അത് അരിഞ്ഞു പിന്നെ ആ കയറുമായി പുറത്തിറങ്ങി. വെയിൽ കണ്ണിൽ കുത്തി. കണ്ണുതിരുമ്മിനോക്കിയപ്പോഴാണ് അറിയുന്നത്. ചുറ്റും പുരുഷാരമാണ്. ശ്രീനാഥ് ഓരോ മുഖങ്ങളേയും പിടിച്ചെടുക്കാൻ തുടങ്ങി,

റിട്ടയേർഡ് സർക്കിൾ ഇൻസ്പെക്ടർ അടിയോടി, പഴയ പാൽ സൊ

സൈറ്റി നടത്തിപ്പുകാരൻ കുട്ടിയപ്പ, കടവുലേലം വിളിച്ചെടുത്ത വാണിയൻ അമ്പാടി. കയറുമായി ശ്രീനാഥ് മുറ്റത്തെത്തിക്കഴിഞ്ഞിരുന്നു. കുട്ടിയപ്പയും വാണിയൻ അമ്പാടിയും ഒപ്പമെത്തി. പിറകെ പുരുഷാരവും. 'നിന്റെച്ഛൻ ചാവുമ്പോൾ ഈ വീടും പറമ്പും പണയത്തിലായിരുന്നു. അച്ഛന്റെ ശേഷക്രിയ ചെയ്തതും ചാവടിയന്തിരം കഴിപ്പിച്ചതും ഞങ്ങളൊക്കെയായാണ്.'

ശ്രീനാഥ് കയറിന്റെ ഒരറ്റം വിട്ടു. ആ കയറിൽ പതിഞ്ഞ വിരലുകൾ അസംഖ്യങ്ങളായി കെട്ടുപിണഞ്ഞ് തന്നെ ആക്രമിക്കാൻ വരികയാണെന്ന് ശ്രീനാഥിനു തോന്നി.

'ഇവിടെ താമസിക്കാനാണ് ഞാൻ വന്നത്.'ശ്രീനാഥ് പറഞ്ഞു

വാണിയൻ അമ്പാടി ചാടിവീണു.'വീട് പണയത്തിലെടുത്തത് ഞാനാ. ഉറുപ്പിക പതിനായിരമാണ് റൊക്കം നിന്റച്ഛന് എണ്ണിക്കൊടുത്തത്. എന്നോട് ചോദിക്കാതെ നീ ഈ വീട്ടിൽ കുടി കൂടോ...'

'അച്ഛന്റെ ശവമെടുക്കുമ്പോൾ എവിടെയായിരുന്നു. ഇപ്പോൾ വന്നിരിക്കുന്നു ഒരവകാശി,'

ശ്രീനാഥ് പറഞ്ഞു: 'പോകുമ്പോൾ എന്റെ കയ്യിൽ ഒന്നുമുണ്ടായിരുന്നില്ല.'

പുരുഷാരത്തിൽ നിന്നും ശബ്ദമുയർന്നു. 'എല്ലാവരും പോയിവരുമ്പം സൂട്ടും കോട്ടും പെട്ടിയുമായിട്ടാ വരവ്, ഇദെന്ത് കോലം'

ആ ഒഴിഞ്ഞ പോക്കണസഞ്ചിയല്ലാതെ മറ്റെന്താണ് ശ്രീനാഥിന്റെ കയ്യിലുള്ളത്. അയാൾ അകത്ത് ചെന്ന് അത് കൊണ്ടുവന്നു. അതിന്റെ കണക്കിലേറെ കുടുക്കുകൾ തുന്നിച്ചേർത്ത വായ തുറന്ന്, മാന്ത്രികനെപ്പോലെ, ഭംഗിയുള്ള പുറംചട്ടയുള്ള ഒരു പുസ്തകം പുറത്തെടുത്ത് കാട്ടി.'Return to the Nature' അടിയോടിക്കൊഴികെ മറ്റാർക്കും അത് വായിക്കാൻ കഴിഞ്ഞില്ല. പിന്നെ അടിയോടി ഒന്നും പറഞ്ഞില്ല.

ശ്രീനാഥ് പറഞ്ഞു: 'ഞാൻ വന്നത് ഈ ഗ്രാമത്തിൽ ജീവിക്കാനാണ് പണിയെടുത്ത് ഞാൻ പണയം തീർത്തോളാം. എല്ലാം കടവും ഞാൻ വീട്ടാം.'

കുട്ടിയപ്പ ചോദിച്ചു: 'പേന പിടിക്കുന്ന കൈകൊണ്ട് കൈക്കോട്ട് പിടിക്കാൻ കഴിയ്യോ....?'

ശ്രീനാഥ് തലയാട്ടി: 'ഞാൻ ഉറപ്പ് തരുന്നു.'

പിന്നെ ഒരു വലിയ തിരമാല പിൻവാങ്ങുന്നതുപോലെ അവരെല്ലാം ഒഴിഞ്ഞുപോയി. ശ്രീനാഥ് വളരെ ക്രിയാത്മകമായി ചിന്തിക്കുകയായിരുന്നു. ഈ തൊടിയാകെ കിളക്കണം. തെക്കെ വയലിൽ കുറച്ചു വെള്ളത്തൂവൽ വിതറണം. മുറ്റത്ത് കുറച്ച് ചെഞ്ചീരവാളണം. ഒരു നാരകത്തടവും പിന്നെ ചേമ്പും ചേനയും. പണ്ട് വലിയ വീട്ടിൽ നായനാർ പതമളക്കാൻ മാത്രം ഇറങ്ങിവന്നാൽ മതി. അടിയാന്മാർ കണ്ടം കൊത്തുമ്പോൾ ആ വഴി കണ്ടുപോയാൽ ശാസിക്കും, ആ ഓർമ്മകളിലൂടെ ശ്രീനാഥ് മുറ്റം കിളച്ചുകൊണ്ടിരുന്നു. അങ്ങനെ ആ മുറ്റം തളിർത്തു. പണിയെല്ലാം കഴിഞ്ഞാൽ ശ്രാനാഥ് എന്നും അമ്പലത്തിൽ ചെന്ന് കുളിക്കും. ശ്രീ കോവിലിൽ ചെന്ന് തൊഴുത് നെറ്റിയിൽ കളഭക്കുറിയും

കൈയ്യിൽ പ്രസാദവുമായി വീട്ടിലേക്ക് വരും പിന്നെ മുറിയുടെ വാതിൽ ബന്ധിച്ച് ആ വീട്ടിക്കട്ടിലിൽ കിടന്ന് ഒരുപാടുനേരം വായിക്കും. ആ മുറി മാത്രമേ അയാൾ ഉപയോഗിച്ചുള്ളു. നഗരത്തിന്റെ കുഷ്ഠം അയാളുടെ മനസ്സിൽ നിന്ന് ഒഴിഞ്ഞ്പോകാൻ തുടങ്ങിയിരുന്നു.

അങ്ങനെയിരിക്കുമ്പോഴാണ് ഒരുനാൾ ഉച്ചയുറക്കത്തിന്റെ ആലസ്യത്തിൽ വാതിലിൽ മുട്ടുകേട്ടത്. അയാൾ ഒരു തോർത്ത് മാത്രമേ ഉടുത്തിരുന്നുള്ളു. നഗരത്തിൽനിന്നു വന്നതിനുശേഷം ശ്രീനാഥ് വസ്ത്രത്തിന്റെ കാര്യത്തിൽ ഒരു കൃഷിക്കാരന്റെ ലുബ്ധ് പ്രകടിപ്പിച്ചിരുന്നു.

അയാൾ വാതിൽ തുറന്നു. നരച്ച ചുക്കിച്ചുളിഞ്ഞ ഒരു കിഴവി കാതിൽ വലിയ തോടയുമിട്ട് ഉണങ്ങിവീണുകിടക്കുന്ന മുലകൾ ആട്ടി മുമ്പിൽ നിൽക്കുന്നു.

'എന്നെ അറീലേ ചിരുനാഥാ... നീയെനിക്ക് മോനാവും' അവർ ശ്രീനാഥിന്റെ കവിളിൽ പിടിച്ചുനുള്ളി. 'നിന്റമ്മ മരിച്ചശേഷം ഈ മൊല കുടിച്ചല്ലേ നീ പള്ള നിറച്ചത്. എന്റെ ചുമലില് ഇരുന്നിട്ടല്ലേ നീ ചെരുപ്പാടിക്കാവിലെ തെയ്യം കണ്ടത്..' ശ്രീനാഥ് ഓർമ്മയിൽ തപ്പിത്തടഞ്ഞു. 'എല്ലാവരും കോട്ടും പാപ്പാസും ഇടുമല്ലോ.. ഷോടതി കിട്ടീട്ടല്ലേ നീ വന്നത്, എനിക്കെന്തെങ്കിലും താ ചായ കുടിക്കാൻ...'

'എനിക്ക് ഷോടതി കിട്ടീട്ടില്ല,'

'ഏന്നോട് വേണോ ചീരുനാഥാ... കൊണ്ടാ,... ഞാൻ പോകട്ട്....' അവരുടെ മെലിഞ്ഞ കൈ നീണ്ടു.

'എന്റെ കൈയിൽ ഒന്നൂല്ല'

'എന്റടുത്ത് വേണ്ടാട്ടോ... എന്നാൽ ഞാൻ ഇതെടുക്കും.'

അവർ കണ്ടത് ആ വെള്ളിച്ചെല്ലമാണ്. വലിയ വീട്ടിൽ നായനാരുടെ വെള്ളിച്ചെല്ലം.

'വല്യമ്മേ ഇതെല്ലാം പണയത്തിലാണ്...'

അതൊന്നും കൂട്ടാക്കാതെ അവരത് കൈനീട്ടി വലിച്ചെടുത്തു. പിന്നെ മുറ്റത്തിറങ്ങി, ചീരത്തടത്തിന്നരികിലെത്തിയപ്പോൾ അവർ നിന്നു. 'കുറച്ച് ചീരത്തൈ പൊട്ടിക്കട്ടെ.'

അനുവാദത്തിന് കാത്തുനിൽക്കാതെ അവർ ചീരത്തൈകൾ പറിച്ചു തുടങ്ങി, ശ്രീനാഥ് വാതിലടച്ചു.

രണ്ടാം ദിവസം വന്നത് ഒരു അടിയാനായിരുന്നു.

'അടേ്യന് ഒരഞ്ചുറുപ്പ്യ തെരണം.'

ശ്രീനാഥ് ഒന്നും പറഞ്ഞില്ല.

'എന്നാൽ ഞാനീ പറയെടുത്തോളാ.'

ഒരു പഴയ അവകാശം പോലെ പറയെടുത്ത് ചുമലിൽ വെച്ച് തിരിഞ്ഞുനോക്കാതെ അടിയാനും പോയി.

ഇത്തവണ വന്നത് ഒരു വയസ്സൻ ചെമ്പോട്ടി.

'അച്ഛൻ നിജ്ജോല്ലാണ്ടാ ചത്തത്. പറയുമ്പോൾ എല്ലാം പറയണമല്ലോ, കോതാറമ്പത്തെ ഒറ്റകോലത്തിന് എന്നോട് വാങ്ങിയ പണം...?'

അയാൾ കുത്തുവിളക്കുമെടുത്താണ് പോയത്.

ഈ വീട്ടിക്കട്ടിലെങ്കിലും എനിക്ക് സ്വന്തമാക്കണം. ഓരോ തവണ

വാതിലിൽ മുട്ടുമ്പോഴും ആ കട്ടിലിനെ ഇറുകെ പുണർന്ന് ശ്രീനാഥ് കിടന്നു. ഇനിയെന്താണ് തിരിച്ചു കൊടുക്കാവാനുള്ളത്. അയാൾ ആ മുറിയിൽ തടവുകാരനായി. പിന്നെയാരും ശ്രീനാഥിനെ പുറത്തുകണ്ടില്ല. അതോടെ ശ്രീനാഥിനെപ്പറ്റി അഭിപ്രായങ്ങൾ പരക്കാൻ തുടങ്ങി.

'ഓൻ എന്ത്യേൻ ചെയ്യ്ന്നത് മുറി അടച്ച് അതിന്റെ ഉള്ളില് കൂടീറ്റ്.'

'ഓൻ പട്ടണത്തിന് കൊലക്കേസിൽ പെട്ടിറ്റാ വന്നത്. പിന്നെങ്ങിനെ ഒളിക്കാണ്ടിരിക്കും.'

അങ്ങനെയാണ് ആ വീടിന് ഒരു നിഗൂഢത കൈവന്നത്. പകൽ പോയിട്ട് രാത്രി നേരത്തുപോലും ശ്രീനാഥിനെ അവിടെയാരും കാണാറില്ല. ആ മുറ്റമാകെ ഉണങ്ങിക്കിടക്കുന്നു. തീരെ മനുഷ്യവാസമില്ലാത്ത വിധം ആ വീട് വീണ്ടും ഒറ്റപ്പെട്ടുപോയി. അങ്ങനെയിരിക്കുമ്പോഴാണ് റിട്ടയേർഡ് സർക്കിൾ ഇൻസ്പെക്ടർ അടിയോടി വളരെ മനഃശാസ്ത്രപരമായി ചിന്തിച്ച് ശ്രീനാഥ് ഒരുനക്സലൈറ്റ് ആണെന്ന അഭിപ്രായപ്പെത്തിൽ ഉറച്ചു നിന്നത്. അയാൾ വാണിയൻ അമ്പാടിയേയും കുട്ടിയപ്പനേയും ചെന്നു കണ്ടു. ഇനി അധികം നീട്ടരുത്. അവൻ പണയം തീർത്തിട്ടില്ല. കടം വീട്ടിയിട്ടില്ല, ശവത്തിനു ചെലവാക്കിയ പണമാണ്. ഒരു നട്ടുച്ചയ്ക്ക് അവർ ശ്രീനാഥിന്റെ വീട്ടിലേക്കു നടന്നു. പിറകിൽ ഒരു വലിയ പുരുഷാരം.

'ഇനി ഓനെ വെച്ചിരുന്നൂടാ....'

വാണിയനമ്പാടി അകത്തുകയറി. ഉടനെ അയാൾ മുറിയുടെ വാതിലിൽ മുട്ടി. കുട്ടിയപ്പ ശബ്ദിച്ചു: 'ശ്രീനാഥേ വാതില് തൊറക്ക് നമ്മുടെ ഇടപാട് അവസാനിപ്പിക്കണം.'

'രണ്ടിലൊന്നറിയണം.ഒന്നുകിൽ നീ അല്ലെങ്കിൽ ഞങ്ങള്' അമ്പാടി പല്ലുകടിച്ചു.

ആരോ വിളിച്ചു പറഞ്ഞു: 'സൂക്ഷിക്കണം. ഓൻ വാതില് തൊറന്ന് ഓടും.'

ഒടുവിൽ അമ്പാടി ചോദിച്ചു: 'എന്നാ ചവുട്ടി തൊറക്കിവല്ലേ.'

അടിയോടി സമ്മതം മൂളി. അപ്പോഴാണ് പുരുഷാരത്തിനിടയിൽ നിന്ന് അനക്കമുണ്ടായത്. അവരെല്ലാം അങ്ങോട്ട് തിരിഞ്ഞു:'ഇതാര് ശ്രീനാഥനല്ലേ?'

അവർ ആഗ്രഹിച്ചിരുന്ന അതേ രൂപം. കോട്ടും പാപ്പാസും പെട്ടിയും ഉച്ചവെയിലിൽ ഭംഗിയായി കോതിവെച്ച മുടിയും കൈയിലൊരു സൂട്ട് കേയ്സും കഴുത്തിൽ ഒരു ടൈയുമായി വിയർപ്പിറങ്ങിയ മുഖത്തോടെ ശ്രീനാഥ് നിൽക്കുന്നു! അയാൾക്ക് ഒരു യാത്രയുടെ ക്ഷീണമുണ്ട്. പിറകിൽ ഒരു വലിയ പെട്ടിയും ചുമന്ന് ഒരു പോർട്ടർ. വെയിലിൽ തിളക്കുന്ന അനേകം കണ്ണുകൾക്കിടയിലൂടെ കനത്ത കാൽവെയ്പുകളുമായി ശ്രീനാഥ് വരുകയാണ്. സകലരേയും തള്ളിമാറ്റിക്കൊണ്ട് ആ കൈകൾ മുറിയുടെ വാതിലിലേയ്ക്കാഞ്ഞു. അത് മലർക്കെ തുറന്നു. അടിയോടിക്ക് കണ്ണുകളെ വിശ്വസിക്കാൻ കഴിഞ്ഞില്ല. അവിടെ അൽപ വസ്ത്രധാരിയായ ശ്രീനാഥ് കിടന്നിരുന്നു.

പ്രതികാരം

വി.എസ് അനിൽ കുമാർ

ഹൗ! മനസ്സ് നീറിപ്പുകയുന്നു. പുസ്തകത്തിലൊന്നും ശ്രദ്ധ നിൽക്കുന്നില്ല, കാൽമുട്ട്, മെല്ലെ വീണ്ടും പരിശോധിച്ചു. ചോരയിപ്പോഴും കട്ടപിടിച്ചു കിടക്കുന്നു.

കഴിഞ്ഞ നാലുകൊല്ലമായി സ്കൂളിലെ ഒരു 'പട്ടി'ക്കുപോലും തന്നെ തൊടാൻ ധൈര്യമുണ്ടായിരുന്നില്ല.

എന്നാൽ......

ഇന്നു വൈകുന്നേരം അതു സംഭവിച്ചു! തന്റെ അനിയനെ ആ ഗോപാലകൃഷ്ണൻ അടിച്ചു നിലത്തിട്ടപ്പോൾ.... അയ്യോ! അത് ഓർക്കാൻകൂടി കഴിയുന്നില്ല.

'എടാ, നിന്റെ തന്ത വന്നിട്ടില്ലെടാ ഇവനെയടിക്കാൻ' അനിയനെ ചൂണ്ടിക്കാണിച്ചുകൊണ്ട് പറഞ്ഞപ്പോൾ...

'വേണങ്കി, നിന്നേം പറത്തിക്കളയുടാ' ഗോപാലകൃഷ്ണന്റെ ധീരമായ ഉത്തരം കേട്ടപ്പോൾ പേടിക്കാതിരുന്നില്ല.

'എന്നാ സ്കൂളു വിട്ടിട്ട് കാണാം'

ഹെഡ്മാസ്റ്ററുടെ വിരൽ വണ്ണമുള്ള ചൂരലിനെക്കുറിച്ചോർത്തപ്പോൾ സ്കൂൾ കോമ്പൗണ്ടിൽ നിന്നടിക്കാൻ ധൈര്യം വന്നില്ല.

'ങാ, എന്നാ... ഒന്നു കാണാം'

ഗോപാലകൃഷ്ണന്റെ മറുപടി കേട്ടപ്പോൾ ഞെട്ടിപ്പോയി. ഈ നാലുകൊല്ലത്തിനിടക്ക് ഒരുത്തന്റെയടുത്തുനിന്നും ഇത്തരമൊരു മറുപടി കേട്ടിട്ടില്ലായിരുന്നു.

വൈകുന്നേരം സ്കൂളു വിട്ടപ്പോൾ ആളൊഴിയാൻ കാത്തുനിന്നു.

എല്ലാവരും പോയപ്പോൾ പതുക്കെ(പതുക്കെയായിരുന്നുവോ?) ഗോപാലകൃഷ്ണന്റെ ക്ലാസിനടുത്തേക്ക് നടന്നു.

അവിടെ, പുസ്തകങ്ങൾ ഒരു ബഞ്ചിൽ വെച്ചിട്ട് എന്തിനും തയ്യാറായതു പോലെ അവൻ നിൽക്കുന്നുണ്ടായിരുന്നു!

പതുക്കെ നടന്നടുത്ത് ഗോപാലകൃഷ്ണനെ ആഞ്ഞു വലിച്ചൊന്നു കൊടുക്കാൻ നോക്കിയപ്പോഴേക്കും അവന്റെ കയ്യിൽ നിന്ന് ചൂടുള്ള ഇടി താങ്ങേണ്ടിവന്നു. ഗോപാലകൃഷ്ണൻ തന്നെ വീണ്ടും വീണ്ടും ഇടിച്ചു നിലത്തിട്ട് ചവിട്ടിയുരുട്ടിയപ്പോൾ മേധാവിത്വം തകരുകയാണെന്നു തോന്നിയിരുന്നു. പക്ഷേ വീണ്ടും എഴുന്നേറ്റ് മെല്ലെ കൈയ്യൊന്നു കുടഞ്ഞ് ഒന്നും പറ്റിയിട്ടില്ലെന്ന ഭാവത്തിൽ അടത്തുചെന്ന് ഗോപാലകൃഷ്ണനെ 'കലക്കൻ' ഒരിടിവെച്ചുകൊടുത്ത്, രണ്ടാമതും ഇടിക്കാൻ കയ്യോങ്ങിയപ്പോൾ, ചോരയൊലിക്കുന്ന മൂക്കുമായി തിരഞ്ഞോടുന്ന ഗോപാലകൃഷ്ണനെയാണ് കണ്ടത്! തന്റെ തകർന്നു പോയ മേധാവിത്വം ഞൊടിയിടകൊണ്ട് തിരിച്ചു കിട്ടിയെന്നുള്ള ആശ്വാസത്തോടെ വീട്ടിലേക്ക് മടങ്ങുമ്പോൾ മുഖത്ത് സംതൃപ്തി കളിയാടിയിരുന്നുവോ?

പക്ഷേ...... അതുമായിരുന്നില്ല.

കൈകളിലും കാലുകളിലും അവിടവിടയായി പ്ലാസ്റ്ററൊട്ടിച്ച് നടക്കുന്ന അനിയനെ കണ്ടപ്പോൾ ഹൃദയം തകർന്നു പോയി.

'ബാബുമോനെ... നിനക്ക്.... സുരേഷെന്നൊരു ചേട്ടനുണ്ടെങ്കിൽ...! മനസ്സു മന്ത്രിച്ചു.

അന്നു രാത്രി ഒന്നും വായിക്കാൻ കഴിഞ്ഞില്ല. നല്ല സുഖമില്ലെന്നു പറഞ്ഞ് അത്താഴം കഴിക്കാതെ ഉറങ്ങാൻ പോകുമ്പോഴും നാളെ ഗോപാലകൃഷ്ണനെ അടിച്ച് നിലത്തിട്ട് ചവിട്ടിയുരുട്ടണം എന്ന വിചാരം മാത്രമായിരുന്നു മനസ്സിൽ

രാവിലെ കിടക്കയിൽ നിന്നെഴുന്നേറ്റ് പല്ലു തേച്ചെന്നു വരുത്തി. കുളിയും ഭക്ഷണവും കഴിഞ്ഞ് സ്കൂളിലേക്കു പുറപ്പെട്ടപ്പോൾ അനിയൻ പോയിരുന്നു.

സാധാരണയായി പതിനഞ്ചുമിനിട്ടുകൊണ്ട് നടന്നെത്താറുള്ള ദൂരം ഇന്ന് പത്തുമിനിട്ടു കൊണ്ട് തീർത്തു. ഇന്ന് ഗോപാലകൃഷ്ണനെ അടിച്ച് നിലത്തിട്ട് ചവിട്ടിയുരുട്ടണം!

സ്കൂളിലെത്തി ഗോപാലകൃഷ്ണനെ അന്വേഷിച്ചപ്പോൾ അവൻ എത്തിയിട്ടില്ലാ എന്നറിയാൻ കഴിഞ്ഞു.

പത്തുമിനുട്ടു കാത്തിരുന്നിട്ടും വരാതിരുന്നപ്പോൾ ദാമോദരന്റെ പീടികയിൽ പോയിരുന്നു. കുറച്ചുകൂടെ കഴിഞ്ഞ് സ്കൂളിലേക്ക് മടങ്ങുമ്പോഴും മനസ്സിലെ വിചാരം മാറിയിരുന്നില്ല.

സ്കൂളിലേക്കുള്ള വഴിയിൽ കാലുകൾ വളരെവേഗം ചലിച്ചു. കോണിപ്പടികൾ കയറി വരാന്തയിലൂടെ നടക്കുമ്പോൾ കുറേയകലെ ഗോപാലകൃഷ്ണൻ അനിയന്റെ തോളിൽ കയ്യിട്ടു നടക്കുന്നു.

ഇല്ല..... യാതൊന്നും സംഭവിച്ചിട്ടില്ല. അനിയൻ തന്നെയാണത്! സ്വന്തം ബാബുമോൻ!!

ആവേശം നഷ്ടപ്പെടുകയാണോ?

ആത്മധൈര്യം ചോർന്നു പോകുകയാണോ?

എന്നാലും... ഉറക്കെ, ഞെട്ടിപ്പിക്കുന്ന ശബ്ദത്തിൽ വിളിച്ചു 'ഡാ, പെരുതേരി ഗോപാലാ, അവിടെ നില്ലടാ.' അവന്റെ ഇരട്ടപ്പേരിലാണ് വിളിച്ചത്.

കൈകൾ കൂട്ടിത്തിരുമ്മിയടുത്തേക്ക് നടന്നെത്തിയപ്പോൾ ഗോപാലകൃഷ്ണൻ തന്നെ പറഞ്ഞു.

'സുരേഷ്, മാപ്പ്..... എനിക്ക് തെറ്റ് പറ്റിപ്പോയി. ഈയാളുടെ പേന എന്റെയാണെന്നു വിചാരിച്ചു. കാരണം ഞാൻ ഇന്നലെ പേനയെടുക്കാൻ മറന്നുപോയിരുന്നു. ഇയാളുടെതുപോലെത്തെ പേനയാണെന്റേതും..... അതുകൊണ്ടാണ് ഞാൻ അത് എന്റെ പേനയാണെന്നു വിചാരിച്ചത്... തെറ്റിദ്ധാരണകൊണ്ടാണ്... അടിച്ചത്..... സുരേഷ്....... മാപ്പ് തരില്ലേ...?'

!!!.......??

എന്താണ് ചെയ്യേണ്ടതെന്നറിയാതെ പകച്ചുനിൽക്കുമ്പോൾ കൂട്ടുകാരൻ രവി വന്ന് പിടിച്ചു വലിച്ച് കൊണ്ടുപോകാൻ ശ്രമിച്ചു. ഒരു പരാജിതനെപ്പോലെ ക്ലാസിലേക്ക്, തലയും കുനിച്ച് കടന്നുപോയി. മനസ്സിലെ പ്രതികാര വാഹ്നി അപ്പോഴേക്കും അടങ്ങിയിരുന്നു.

INSIGHT PUBLICA®

INSIGHT PUBLICA®

Nadakkave, Kozhikode, Kerala
www.insightpublica.com
e-mail: insightpublica@gmail.com

Kadinjhool

(Malayalam)

Editor: V.S Anilkumar
First Edition : May 2015
Second Edition: January 2017
Third Edition: November 2021

ISBN 978-93-82709-88-6